AF564531

THE SEMIOTICS OF NANAK BANI

THE SEMIOTICS OF NANAK BANI

from anthropology to cosmology

Amandeep Kaur

First LG Edition 2020

Published by
LG PUBLISHERS DISTRIBUTORS
49, Street No. 14, Pratap Nagar,
Mayur Vihar Phase I, Delhi 110091
lgpdist@gmail.com

Printed at
Sapra Brothers, Noida

for all those who
discern and follow Guru Nanak

PREFACE

The SEMIOTICS OF NANAK BANI has been discerned and articulated in terms of modern semiology initiated by Ferdinand de Saussure in the early years of the twentieth century.

The movement from anthropology to cosmology in Guru Nanak has been juxtaposed against similar discourses in the Western tradition in the theology of Saint Augustine and modern social sciences. Finally, there is a detailed analysis of the Indian tradition in Hinduism and Buddhism and their different schools.

I am grateful to Doctor Jaspreet Mander, Head of the Department of English, Punjabi University, Patiala, who supervised my doctoral thesis. I would also like to thank Professor Harjeet Singh Gill, Professor Emeritus, Jawaharlal Nehru University, New Delhi, for the semiotic interpretation of Nanak Bani.

The revised edition of the thesis is presented to my husband, Harjit Singh, and our son, Manheer, who have been the main inspiration for this revision.

Amandeep Kaur

CONTENTS

THE SEMIOTICS OF NANAK BANI

In the opening lines of Japuji, Guru Nanak presents the Mul Mantr, the fundamental principle of the Sikh discourse as

ੴ ਸਤਿ ਨਾਮੁ ਕਰਤਾ ਪੁਰਖੁ ਨਿਰਭਉ ਨਿਰਵੈਰੁ ਅਕਾਲ ਮੂਰਤਿ ਅਜੂਨੀ ਸੈਭੰ ॥
ਗੁਰ ਪ੍ਰਸਾਦਿ ॥ ਜਪੁ ॥
ਆਦਿ ਸਚੁ ਜੁਗਾਦਿ ਸਚੁ ॥ ਹੈ ਭੀ ਸਚੁ ਨਾਨਕ ਹੋਸੀ ਭੀ ਸਚੁ ॥ ੧ ॥

There is but One Being who is the Creator of this universe, this Brahmand. This being has no form or figure. It is beyond fear or faction, beyond birth or death.
In the beginning of the beginning, there was Truth, throughout the ages this Truth pervaded the whole universe. When it is all over, when there is no universe, no Brahmand, no Time or Space, there will be this Truth.

In other words, the Creator has no form or figure. This Being is designated as the Truth. Obviously this Truth is a cosmic category. It is the absolute measure of everything, social, cultural profane, sacred. In fact this cosmic force is the rhyme and reason of all things, anthropological or cosmological.
In Sidh Gosht, when the Sidhas ask Guru Nanak who is his Guru, what is his goal? The Guru's answer is very simple but highly semiotic.

ਕਿਸੁ ਕਾਰਣਿ ਗ੍ਰਿਹੁ ਤਜਿਓ ਉਦਾਸੀ ॥ ਕਿਸੁ ਕਾਰਣਿ ਇਹੁ ਭੇਖੁ ਨਿਵਾਸੀ ॥ ਕਿਸੁ ਵਖਰ ਕੇ ਤੁਮ ਵਣਜਾਰੇ ॥ ਕਿਉ ਕਰਿ ਸਾਥੁ ਲੰਘਾਵਹੁ ਪਾਰੇ ॥ ੧੭ ॥ ਗੁਰਮੁਖਿ ਖੋਜਤ ਭਏ ਉਦਾਸੀ ॥ ਦਰਸਨ ਕੈ

ਤਾਈ ਭੇਖ ਨਿਵਾਸੀ ॥ ਸਾਚ ਵਖਰ ਕੇ ਹਮ ਵਣਜਾਰੇ ॥ ਨਾਨਕ ਗੁਰਮੁਖਿ ਉਤਰਸਿ ਪਾਰੇ ॥ ੧੮ ॥ ੯੩੯

It is the cosmic Truth that is the goal of Guru Nanak. He is in search of this sublime Truth. There is nothing but this Truth that explains all riddles of the universe.

ਕਿਆ ਭਵੀਐ ਸਚਿ ਸੂਚਾ ਹੋਇ ॥ ਸਾਚ ਸਬਦ ਬਿਨੁ ਮੁਕਤਿ ਨ ਕੋਇ ॥ ੧ ॥ ੯੩੮

It is this Truth that leads one to salvation. It is in search of this Truth that the devotee spends his life.

ਸਚ ਖੰਡਿ ਵਸੈ ਨਿਰੰਕਾਰੁ ॥ ੮

It is in the sphere of this cosmic Truth that the Nirankar, the Formless resides. Nirankar and Sach, the Formless Creator and Truth refer to the same absolute reality.

In Nanak Bani, we always go from Semantics to Semiotics. In semantics, the meanings are literal. There is generally a one to one correspondence between the word and its significance. In semiotics, the same ordinary words of anthropological world are transformed into metaphors. They are employed to communicate universal, cosmic truths. This linguistic process is extremely frequent in the discourse of Guru Nanak. This is true of the word, sach. The same semiotic process is followed in a number of other compositions.

ਦਇਆ ਕਪਾਹ ਸੰਤੋਖੁ ਸੂਤੁ ਜਤੁ ਗੰਢੀ ਸਤੁ ਵਟੁ ॥ ਏਹੁ ਜਨੇਊ ਜੀਅ ਕਾ ਹਈ ਤ ਪਾਡੇ ਘਤੁ ॥ ਨਾ ਏਹੁ ਤੁਟੈ ਨ ਮਲੁ ਲਗੈ ਨਾ ਏਹੁ ਜਲੈ ਨ ਜਾਇ ॥ ਧੰਨੁ ਸੁ ਮਾਣਸ ਨਾਨਕਾ ਜੋ ਗਲਿ ਚਲੇ ਪਾਇ ॥ ੪੭੧

ਮਨੁ ਹਾਲੀ ਕਿਰਸਾਣੀ ਕਰਣੀ ਸਰਮੁ ਪਾਣੀ ਤਨੁ ਖੇਤੁ ॥ ਨਾਮੁ ਬੀਜੁ ਸੰਤੋਖੁ ਸੁਹਾਗਾ ਰਖੁ ਗਰੀਬੀ ਵੇਸੁ ॥ ੫੯੫

From the literal, semantic significance of the ritual thread of cotton, Guru Nanak tells the priest to give him the janeu, the thread of compassion, patience, truth. The string of cotton should have the knots of truth. It should lead human beings to a balanced life of love and charity, compassion and community with the Creator.

In the second composition, Guru Nanak employs simple words of the farmer, the words of the anthropological universe to communicate the truth of spiritual life. The plough, the field, the water, the seeds are all ordinary words of the daily life of the farmer. Guru Nanak makes use of the same simple words, easily understood by the peasants, to present a discourse which is both spiritual and highly metaphysical.

This semiotic and cosmological universe of Guru Nanak is presented in several other compositions. For the ritual Arti in a temple, Guru Nanak articulates his own Arti, the celebration and worship of the cosmos.

ਗਗਨ ਮੈ ਥਾਲੁ ਰਵਿ ਚੰਦੁ ਦੀਪਕ ਬਨੇ ਤਾਰਿਕਾ ਮੰਡਲ ਜਨਕ ਮੋਤੀ ॥ ਧੂਪੁ ਮਲਆਨਲੋ ਪਵਣੁ ਚਵਰੋ ਕਰੇ ਸਗਲ ਬਨਰਾਇ ਫੂਲੰਤ ਜੋਤੀ ॥ ੧ ॥ ਕੈਸੀ ਆਰਤੀ ਹੋਇ ॥ ਭਵ ਖੰਡਨਾ ਤੇਰੀ ਆਰਤੀ ॥ ਅਨਹਤਾ ਸਬਦ ਵਾਜੰਤ ਭੇਰੀ ॥ ੧ ॥ ਰਹਾਉ ॥ ਸਹਸ ਤਵ ਨੈਨ ਨਨ ਨੈਨ ਹਹਿ ਤੋਹਿ ਕਉ ਸਹਸ ਮੂਰਤਿ ਨਨਾ ਏਕ ਤੋੁਹੀ ॥ ਸਹਸ ਪਦ ਬਿਮਲ ਨਨ ਏਕ ਪਦ ਗੰਧ ਬਿਨੁ ਸਹਸ ਤਵ ਗੰਧ ਇਵ ਚਲਤ ਮੋਹੀ ॥ ੨ ॥ ਸਭ ਮਹਿ ਜੋਤਿ ਜੋਤਿ ਹੈ ਸੋਇ ॥ ਤਿਸ ਦੈ ਚਾਨਣਿ ਸਭ ਮਹਿ ਚਾਨਣੁ ਹੋਇ ॥ ਗੁਰ ਸਾਖੀ ਜੋਤਿ ਪਰਗਟੁ ਹੋਇ ॥ ਜੋ ਤਿਸੁ ਭਾਵੈ ਸੁ ਆਰਤੀ ਹੋਇ ॥ ੩ ॥ ੧੩

It is a cosmic Arti. It is the celebration and the worship of the whole cosmos, of the whole Brahmand. It is being celebrated by sun and moon, the stars and the planets, the skies and earths. There is the light of the twinkling stars. There is the soothing light of the moon. There is life giving light of the sun. All birth, growth, creation, decay are due to these celestial lights and energies. This Arti is not only a cosmic celebration, it is also a cosmic discourse of spiritual life. It presents the cosmic Truth that holds all anthropological and cosmological forces in a certain balance.

We have also a general discourse of all ages, the cosmic beginnings, the various stages of mythical, historical, anthropological, development.

ਅਰਬਦ ਨਰਬਦ ਧੁੰਧੂਕਾਰਾ ॥ ਧਰਣਿ ਨ ਗਗਨਾ ਹੁਕਮੁ ਅਪਾਰਾ ॥ ਨਾ ਦਿਨੁ ਰੈਨਿ ਨ ਚੰਦੁ ਨ ਸੂਰਜੁ
ਸੁੰਨ ਸਮਾਧਿ ਲਗਾਇਦਾ ॥ ੧ ॥ ਖਾਣੀ ਨ ਬਾਣੀ ਪਉਣ ਨ ਪਾਣੀ ॥ ਓਪਤਿ ਖਪਤਿ ਨ ਆਵਣ
ਜਾਣੀ ॥ ਖੰਡ ਪਤਾਲ ਸਪਤ ਨਹੀ ਸਾਗਰ ਨਦੀ ਨ ਨੀਰੁ ਵਹਾਇਦਾ ॥ ੨ ॥ ਨਾ ਤਦਿ ਸੁਰਗੁ ਮਛੁ
ਪਇਆਲਾ ॥ ਦੋਜਕੁ ਭਿਸਤੁ ਨਹੀ ਖੈ ਕਾਲਾ ॥ ਨਰਕੁ ਸੁਰਗੁ ਨਹੀ ਜੰਮਣੁ ਮਰਣਾ ਨਾ ਕੋ ਆਇ ਨ
ਜਾਇਦਾ ॥ ੩ ॥ ਬ੍ਰਹਮਾ ਬਿਸਨੁ ਮਹੇਸੁ ਨ ਕੋਈ ॥ ਅਵਰੁ ਨ ਦੀਸੈ ਏਕੋ ਸੋਈ ॥ ਨਾਰਿ ਪੁਰਖੁ ਨਹੀ
ਜਾਤਿ ਨ ਜਨਮਾ ਨਾ ਕੋ ਦੁਖੁ ਸੁਖੁ ਪਾਇਦਾ ॥ ੪ ॥ ਨਾ ਤਦਿ ਜਤੀ ਸਤੀ ਬਨਵਾਸੀ ॥ ਨਾ ਤਦਿ ਸਿਧ
ਸਾਧਿਕ ਸੁਖਵਾਸੀ ॥ ਜੋਗੀ ਜੰਗਮ ਭੇਖੁ ਨ ਕੋਈ ਨਾ ਕੋ ਨਾਥੁ ਕਹਾਇਦਾ ॥ ੫ ॥ ਜਪ ਤਪ ਸੰਜਮ ਨਾ
ਬ੍ਰਤ ਪੂਜਾ ॥ ਨਾ ਕੋ ਆਖਿ ਵਖਾਣੈ ਦੂਜਾ ॥ ਆਪੇ ਆਪਿ ਉਪਾਇ ਵਿਗਸੈ ਆਪੇ ਕੀਮਤਿ
ਪਾਇਦਾ ॥ ੬ ॥ ਨਾ ਸੁਚਿ ਸੰਜਮੁ ਤੁਲਸੀ ਮਾਲਾ ॥ ਗੋਪੀ ਕਾਨੁ ਨ ਗਊ ਗੋੁਆਲਾ ॥ ਤੰਤੁ ਮੰਤੁ
ਪਾਖੰਡੁ ਨ ਕੋਈ ਨਾ ਕੋ ਵੰਸੁ ਵਜਾਇਦਾ ॥ ੭ ॥ ਕਰਮ ਧਰਮ ਨਹੀ ਮਾਇਆ ਮਾਖੀ ॥ ਜਾਤਿ ਜਨਮੁ
ਨਹੀ ਦੀਸੈ ਆਖੀ ॥ ਮਮਤਾ ਜਾਲੁ ਕਾਲੁ ਨਹੀ ਮਾਥੈ ਨਾ ਕੋ ਕਿਸੈ ਧਿਆਇਦਾ ॥ ੮ ॥ ਨਿੰਦੁ ਬਿੰਦੁ
ਨਹੀ ਜੀਉ ਨ ਜਿੰਦੋ ॥ ਨਾ ਤਦਿ ਗੋਰਖੁ ਨ ਮਾਛਿੰਦੋ ॥ ਨਾ ਤਦਿ ਗਿਆਨੁ ਧਿਆਨੁ ਕੁਲ ਓਪਤਿ ਨਾ
ਕੋ ਗਣਤ ਗਣਾਇਦਾ ॥ ੯ ॥ ਵਰਨ ਭੇਖ ਨਹੀ ਬ੍ਰਹਮਣ ਖਤ੍ਰੀ ॥ ਦੇਉ ਨ ਦੇਹੁਰਾ ਗਊ ਗਾਇਤ੍ਰੀ ॥
ਹੋਮ ਜਗ ਨਹੀ ਤੀਰਥਿ ਨਾਵਣੁ ਨਾ ਕੋ ਪੂਜਾ ਲਾਇਦਾ ॥ ੧੦ ॥ ਨਾ ਕੋ ਮੁਲਾ ਨਾ ਕੋ ਕਾਜੀ ॥ ਨਾ ਕੋ
ਸੇਖੁ ਮਸਾਇਕੁ ਹਾਜੀ ॥ ਰਈਅਤਿ ਰਾਉ ਨ ਹਉਮੈ ਦੁਨੀਆ ਨਾ ਕੋ ਕਹਣੁ ਕਹਾਇਦਾ ॥ ੧੧ ॥ ਭਾਉ
ਨ ਭਗਤੀ ਨਾ ਸਿਵ ਸਕਤੀ ॥ ਸਾਜਨੁ ਮੀਤੁ ਬਿੰਦੁ ਨਹੀ ਰਕਤੀ ॥ ਆਪੇ ਸਾਹੁ ਆਪੇ ਵਣਜਾਰਾ ਸਾਚੇ
ਏਹੋ ਭਾਇਦਾ ॥ ੧੨ ॥ ਬੇਦ ਕਤੇਬ ਨ ਸਿੰਮ੍ਰਿਤਿ ਸਾਸਤ ॥ ਪਾਠ ਪੁਰਾਣ ਉਦੈ ਨਹੀ ਆਸਤ ॥
ਕਹਤਾ ਬਕਤਾ ਆਪਿ ਅਗੋਚਰੁ ਆਪੇ ਅਲਖੁ ਲਖਾਇਦਾ ॥ ੧੩ ॥ ਜਾ ਤਿਸੁ ਭਾਣਾ ਤਾ ਜਗਤੁ
ਉਪਾਇਆ ॥ ਬਾਝੁ ਕਲਾ ਆਡਾਣੁ ਰਹਾਇਆ ॥ ਬ੍ਰਹਮਾ ਬਿਸਨੁ ਮਹੇਸੁ ਉਪਾਏ ਮਾਇਆ ਮੋਹੁ
ਵਧਾਇਦਾ ॥ ੧੪ ॥ ਵਿਰਲੇ ਕਉ ਗੁਰ ਸਬਦੁ ਸੁਣਾਇਆ ॥ ਕਰਿ ਕਰਿ ਦੇਖੈ ਹੁਕਮੁ ਸਬਾਇਆ ॥
ਖੰਡ ਬ੍ਰਹਮੰਡ ਪਾਤਾਲ ਅਰੰਭੇ ਗੁਪਤਹੁ ਪਰਗਟੀ ਆਇਦਾ ॥ ੧੫ ॥ ਤਾ ਕਾ ਅੰਤੁ ਨ ਜਾਣੈ ਕੋਈ ॥
ਪੂਰੇ ਗੁਰ ਤੇ ਸੋਝੀ ਹੋਈ ॥ ਨਾਨਕ ਸਾਚਿ ਰਤੇ ਬਿਸਮਾਦੀ ਬਿਸਮ ਭਏ ਗੁਣ
ਗਾਇਦਾ॥ ੧੬ ॥੧੦੩੫-੩੬

This shabad is the most comprehensive statement of the discourse of Guru Nanak. We have here the description of the progressive degeneration of all the ages of the cosmos, the Brahmand. We begin from the absolute void, thundukara, the perfect peace and harmony, the perfect cosmic rhythm. This is the cosmic period. It is followed by the mythical times, the times of gods and goddesses. It led to the advent of the great gods of our tradition: the god of birth, the god of growth and the god of decay, Brahma, Vishnu, Mahesh. According to Guru Nanak, this mythical age was involved in continuous disputes. Gods and goddesses quarrelled with each other. There were conflicts and wars. This was also the period of demons. These gods led to the creation of numerous sects. They preached their own creeds. They forgot the Truth of the True Creator.

The mythical age was followed by the historical ages. Even here the divisions and disputes continued. The sacred books of every religion presented their own version of the sacred and the profane. They dictated their own rules and regulations. The devotees had no choice. They had to follow one or the other sect or religion. The priests, Brahmins and the Qazis never agreed on any thing. The temples and the mosques became the spheres of disputes and discussions. The cosmic Truth and Love were thrown away. As such, from the mythical times to the historical times, the human beings continued to suffer.

The anthropological age was no different. The concepts of truth, justice were ignored. The whole society was rotten. Guru Nanak describes this situation as

ਕਲਿ ਕਾਤੀ ਰਾਜੇ ਕਾਸਾਈ ਧਰਮੁ ਪੰਖ ਕਰਿ ਉਡਰਿਆ ॥ ਕੂੜੁ ਅਮਾਵਸ ਸਚੁ ਚੰਦ੍ਰਮਾ ਦੀਸੈ ਨਾਹੀ ਕਹ ਚੜਿਆ ॥ ੧੪੫

ਕੂੜੁ ਰਾਜਾ ਕੂੜੁ ਪਰਜਾ ਕੂੜੁ ਸਭੁ ਸੰਸਾਰੁ ॥ ਕੂੜੁ ਮੰਡਪ ਕੂੜੁ ਮਾੜੀ ਕੂੜੁ ਬੈਸਣਹਾਰੁ ॥ ਕੂੜੁ ਸੁਇਨਾ ਕੂੜੁ ਰੁਪਾ ਕੂੜੁ ਪੈਨ੍ਹਣਹਾਰੁ ॥ ਕੂੜੁ ਕਾਇਆ ਕੂੜੁ ਕਪੜੁ ਕੂੜੁ ਰੂਪੁ ਅਪਾਰੁ ॥ ਕੂੜੁ ਮੀਆ ਕੂੜੁ ਬੀਬੀ ਖਪਿ ਹੋਏ ਖਾਰੁ ॥ ਕੂੜਿ ਕੂੜੈ ਨੇਹੁ ਲਗਾ ਵਿਸਰਿਆ ਕਰਤਾਰੁ ॥ ਕਿਸੁ ਨਾਲਿ ਕੀਚੈ ਦੋਸਤੀ ਸਭੁ ਜਗੁ ਚਲਣਹਾਰੁ ॥ ਕੂੜੁ ਮਿਠਾ ਕੂੜੁ ਮਾਖਿਉ ਕੂੜੁ ਡੋਬੇ ਪੂਰੁ ॥ ਨਾਨਕੁ ਵਖਾਣੈ ਬੇਨਤੀ ਤੁਧੁ ਬਾਝੁ ਕੂੜੋ ਕੂੜੁ ॥ ੪੬੮

In this dark age, the kings have become butchers, there is no justice. The moon of cosmic truth is under the clouds of falsehood.

The whole society is rotten. It is the reign of falsehood, injustice and corruption. There is no faith or friendship. It is the age of deception and betrayal. Men and women, husbands and wives cheat each other. There is no love and devotion.

But Guru Nanak's discourse does not end here. He has faith in the absolute cosmic Truth.

ਕੂੜ ਨਿਖੁਟੇ ਨਾਨਕਾ ਓੜਕਿ ਸਚਿ ਰਹੀ ॥ ੯੫੩

Ultimately the cosmic Truth will triumph.

THE DISCOURSE OF ALIENATION

It is in the context of the religious discourse that we explore the discourse of alienation in Guru Nanak. We have also the concept of alienation in the fourth century Christian theologian, Saint Augustine. There is a conceptual similarity between the two reflections. Guru Nanak's discourse is within the context of the Indian philosophical tradition. On the other hand, Augustine's reflections are strictly within the earlier Christian tradition even though they are heavily influenced by the neo-Platonic ideas of his times.

According to Augustine :

Our hearts are restless until they rest in Thee. (Confessions)

According to Guru Nanak :

ਆਸਾ ਮਹਲਾ ੧ ॥ ਆਖਾ ਜੀਵਾ ਵਿਸਰੈ ਮਰਿ ਜਾਉ ॥ (Adi Granth, page 9)

In meditation, I resonate, in distraction, I wither away.

ਜੈ ਤਨਿ ਬਾਣੀ ਵਿਸਰਿ ਜਾਇ ॥ ਜਿਉ ਪਕਾ ਰੋਗੀ ਵਿਲਲਾਇ ॥ ੧ ॥ (Adi Granth, page 661)

When the being is oblivious of the Divine Word, he is stuck with excruciating pains and cries in distress.

ਸਿਰੀਰਾਗੁ ਮਹਲਾ ੧ ॥ ਇਕੁ ਤਿਲੁ ਪਿਆਰਾ ਵੀਸਰੈ ਰੋਗੁ ਵਡਾ ਮਨ ਮਾਹਿ ॥ ਕਿਉ ਦਰਗਹ ਪਤਿ ਪਾਈਐ ਜਾ ਹਰਿ ਨ ਵਸੈ ਮਨ ਮਾਹਿ ॥ ਗੁਰਿ ਮਿਲਿਐ ਸੁਖੁ ਪਾਈਐ ਅਗਨਿ ਮਰੈ ਗੁਣ

ਮਾਹਿ ॥ ੧ ॥ ਮਨ ਰੇ ਅਹਿਨਿਸਿ ਹਰਿ ਗੁਣ ਸਾਰਿ ॥ ਜਿਨ ਖਿਨੁ ਪਲੁ ਨਾਮੁ ਨ ਵੀਸਰੈ ਤੇ ਜਨ ਵਿਰਲੇ ਸੰਸਾਰਿ ॥ ੧ ॥ ਰਹਾਉ ॥ ਜੋਤੀ ਜੋਤਿ ਮਿਲਾਈਐ ਸੁਰਤੀ ਸੁਰਤਿ ਸੰਜੋਗੁ ॥ ਹਿੰਸਾ ਹਉਮੈ ਗਤੁ ਗਏ ਨਾਹੀ ਸਹਸਾ ਸੋਗੁ ॥ ਗੁਰਮੁਖਿ ਜਿਸੁ ਹਰਿ ਮਨਿ ਵਸੈ ਤਿਸੁ ਮੇਲੇ ਗੁਰੁ ਸੰਜੋਗੁ ॥ ੨ ॥ ਕਾਇਆ ਕਾਮਣਿ ਜੇ ਕਰੀ ਭੋਗੇ ਭੋਗਣਹਾਰੁ ॥ ਤਿਸੁ ਸਿਉ ਨੇਹੁ ਨ ਕੀਜਈ ਜੋ ਦੀਸੈ ਚਲਣਹਾਰੁ ॥ ਗੁਰਮੁਖਿ ਰਵਹਿ ਸੋਹਾਗਣੀ ਸੋ ਪ੍ਰਭੁ ਸੇਜ ਭਤਾਰੁ ॥ ੩ ॥ ਚਾਰੇ ਅਗਨਿ ਨਿਵਾਰਿ ਮਰੁ ਗੁਰਮੁਖਿ ਹਰਿ ਜਲੁ ਪਾਇ ॥ ਅੰਤਰਿ ਕਮਲੁ ਪ੍ਰਗਾਸਿਆ ਅੰਮ੍ਰਿਤੁ ਭਰਿਆ ਅਘਾਇ ॥ ਨਾਨਕ ਸਤਗੁਰੁ ਮੀਤੁ ਕਰਿ ਸਚੁ ਪਾਵਹਿ ਦਰਗਹ ਜਾਇ ॥ ੪ ॥ ੨੦ ॥ (Adi Granth, page 21)

A moment's distraction, a moment's forgetfulness, leads to misery and misfortune, to the mind in distress. How can one be honoured in His audience if the Creator does not dwell in one's heart? With the blessings of the Guru, there is peace of mind, the fire of passion is subdued, the mind finds peace and grace. One should always meditate and reflect upon the Order of the Creator. Those who never forget their Creator are rare in this world. The sublime light of the Creator enlightens body and soul, brings divine union with one's Lord. In this divine union, there is no violence, no passion, no lust, no mental conflict. The mind where dwells the Creator is blessed with the sublime union.

Guru Nanak's concept of **ਸਚੁ**, sach, Truth, covers all aspects of the anthropological as well as cosmological universe, the Brahmand. It is the very basis of the Cosmic Order.

It is conceptually opposed to **ਕੂੜ**, falsehood, corruption, decadence, deception etc.

Those who follow the cosmic order, who meditate and reflect upon the cosmic vision, who are in tune with the cosmic rhythm, they are integrated in the cosmological rhythm.

Those who are stuck in greed and lust, who are drenched in dishonesty and deception, who are rotten in thought and deed, they are alienated, estranged.

Let us see how alienation is perceived by Saint Augustine as presented by R. A. Markus :

"The conflicting desires and inclinations, passions, emotions, and urges - all the springs of action - are thus morally neutral. But man, being a rational creature, is - at least to some extant - his own master; he is required to assess his natural impulses critically and to choose among them. He has to commit himself in voluntary action to one or another of what are often a bewildering complex of incompatible desires, where the satisfaction of one often involves the frustration of others. This self-committal in choice may take the form of abandoning oneself to the natural forces within one, taking the line of least resistance, and, in fact, surrendering the mind's freedom of choice and judgment. Augustine calls this "estrangement" ,*alienatio*, and describes it as a voluntary surrender to impulses that solicit the mind's consent, which may, he thinks, in the long run lead to involuntary captivity. This, however, is only one of the possible types of situation. Indeed, the choice may well lie, not between "duty" and "inclination", but between alternative inclinations...

Man is God's creature, made with a view to enjoying happiness in the vision of God. In this vision and loving union man attains his definitive state of rest, all else is striving and tension, conscious or blind groping toward this fulfilment. "Thou hast made us, and in making us turned us toward thyself (*fecisti nos ad te*) and our hearts are restless until they rest in thee. So runs a famous phrase at the beginning of the *Confessions.* Man's nature embraces a multitude of desires, impulses, and drives, some conscious and some not; all these are in fact, though we are not aware of it, implicitly desires for the fulfilment which is to be had in its entirety only in the beatific vision."

(R. A. Markus on Augustine in *A Critical History of Western Philosophy* edited by D. J. O'Connor, The Free Press, New York, 1964, pp. 91-92.)

The basic theme in the religious discourse is the relation/non-relation of human beings with God, the Creator of the universe. This discourse takes different forms. For Augustine, an estranged or alienated being becomes voracious, greedy, who follows his low instincts. Instead of love of God, there is the love for the worldly pleasures.

In the Indian tradition, especially in Buddhism, *dukh*, suffering, is considered the fate of humanity. The religious path is supposed to lead to benediction and bliss. To eradicate *dukh*, to achieve *sukh*, there are a number of religious, ceremonial exercises, mostly ascetic and austere. They lead to the discipline of body but not of mind.

Guru Nanak is the first Indian philosopher, for whom *dukh*, suffering is a gift of God. It leads to meditation and reflection. It leads to the comprehension of the Divine Truth. The *sukh*, the worldly indulgence, on the other hand, leads to decay and degeneration, to passion and perversion.

ਸਲੋਕੁ ਮਃ ੧ ॥ ਦੁਖੁ ਦਾਰੂ ਸੁਖੁ ਰੋਗੁ ਭਇਆ ਜਾ ਸੁਖੁ ਤਾਮਿ ਨ ਹੋਈ ॥ ਤੂੰ ਕਰਤਾ ਕਰਣਾ ਮੈ ਨਾਹੀ ਜਾ ਹਉ ਕਰੀ ਨ ਹੋਈ ॥ ੧ ॥ ਬਲਿਹਾਰੀ ਕੁਦਰਤਿ ਵਸਿਆ ॥ ਤੇਰਾ ਅੰਤੁ ਨ ਜਾਈ ਲਖਿਆ ॥ ੧ ॥ ਰਹਾਉ ॥ ਜਾਤਿ ਮਹਿ ਜੋਤਿ ਜੋਤਿ ਮਹਿ ਜਾਤਾ ਅਕਲ ਕਲਾ ਭਰਪੂਰਿ ਰਹਿਆ ॥ ਤੂੰ ਸਚਾ ਸਾਹਿਬੁ ਸਿਫਤਿ ਸੁਆਲਿ੍ਉ ਜਿਨਿ ਕੀਤੀ ਸੋ ਪਾਰਿ ਪਇਆ ॥ ਕਹੁ ਨਾਨਕ ਕਰਤੇ ਕੀਆ ਬਾਤਾ ਜੋ ਕਿਛੁ ਕਰਣਾ ਸੁ ਕਰਿ ਰਹਿਆ ॥

(Adi Granth, page 469)

In the Divine Order, suffering becomes the cure, and indulgence, the disease. The Divine Order of the cosmos is the creation of the Creator, who is merged in every fibre of the anthropological as well as the cosmological universe. There is no limit to this creation. In every being, animate or inanimate, the sublime Creator resonates. The Divine Truth surcharges the whole cosmos. Guru Nanak reflects upon the Truth of this vast cosmic universe.

ਆਸਾ ਮਹਲਾ ੧ ॥ ਦੀਵਾ ਮੇਰਾ ਏਕੁ ਨਾਮੁ ਦੁਖੁ ਵਿਚਿ ਪਾਇਆ ਤੇਲੁ ॥ ਉਨਿ ਚਾਨਣਿ ਓਹੁ ਸੋਖਿਆ

ਚੂਕਾ ਜਮ ਸਿਉ ਮੇਲੁ ॥ ੧ ॥ ਲੋਕਾ ਮਤ ਕੋ ਫਕੜਿ ਪਾਇ ॥ ਲਖ ਮੜਿਆ ਕਰਿ ਏਕਠੇ ਏਕ ਰਤੀ ਲੇ ਭਾਹਿ ॥ ੧ ॥ ਰਹਾਉ ॥ ਪਿੰਡੁ ਪਤਲਿ ਮੇਰੀ ਕੇਸਉ ਕਿਰਿਆ ਸਚੁ ਨਾਮੁ ਕਰਤਾਰੁ ॥ ਐਥੈ ਓਥੈ ਆਗੈ ਪਾਛੈ ਏਹੁ ਮੇਰਾ ਆਧਾਰੁ ॥ ੨ ॥ (Adi Granth, page 358)

My lamp of meditation is filled with the oil of suffering. Its light has eradicated ignorance and has led to the conquest of death. The ignorant do not understand this. A heap of wood can be burnt with one wick. My ceremonial worship is lit with the Divine Truth. It is this Truth that is my sustenance in this and the other world.
To follow this discourse of alienation or estrangement, we can reflect upon the first thirty-three *shabads* or compositions of Guru Nanak in Siri Rag, Adi Granth, pages 14-26. These thirty-three texts present thirty-three different existential conditions which lead to *dukh* or *sukh*, suffering or indulgence, integration, or alienation as human beings are lured by worldly temptations.

੧ੳ ਸਤਿਗੁਰ ਪ੍ਰਸਾਦਿ ॥ ਰਾਗੁ ਸਿਰੀ ਰਾਗੁ ਮਹਲਾ ਪਹਿਲਾ ੧ ਘਰੁ ੧
॥ ਮੋਤੀ ਤ ਮੰਦਰ ਊਸਰਹਿ ਰਤਨੀ ਤ ਹੋਹਿ ਜੜਾਉ ॥ ਕਸਤੂਰਿ ਕੁੰਗੂ ਅਗਰਿ ਚੰਦਨਿ ਲੀਪਿ ਆਵੈ ਚਾਉ ॥ ਮਤੁ ਦੇਖਿ ਭੂਲਾ ਵੀਸਰੈ ਤੇਰਾ ਚਿਤਿ ਨ ਆਵੈ ਨਾਉ ॥ ੧ ॥ ਹਰਿ ਬਿਨੁ ਜੀਉ ਜਲਿ ਬਲਿ ਜਾਉ ॥ ਮੈ ਆਪਣਾ ਗੁਰੁ ਪੂਛਿ ਦੇਖਿਆ ਅਵਰੁ ਨਾਹੀ ਥਾਉ ॥ ੧ ॥ ਰਹਾਉ ॥ ਧਰਤੀ ਤ ਹੀਰੇ ਲਾਲ ਜੜਤੀ ਪਲਘਿ ਲਾਲ ਜੜਾਉ ॥ ਮੋਹਣੀ ਮੁਖਿ ਮਣੀ ਸੋਹੈ ਕਰੇ ਰੰਗਿ ਪਸਾਉ ॥ ਮਤੁ ਦੇਖਿ ਭੂਲਾ ਵੀਸਰੈ ਤੇਰਾ ਚਿਤਿ ਨ ਆਵੈ ਨਾਉ ॥ ੨ ॥ ਸਿਧੁ ਹੋਵਾ ਸਿਧਿ ਲਾਈ ਰਿਧਿ ਆਖਾ ਆਉ ॥ ਗੁਪਤੁ ਪਰਗਟੁ ਹੋਇ ਬੈਸਾ ਲੋਕੁ ਰਾਖੈ ਭਾਉ ॥ ਮਤੁ ਦੇਖਿ ਭੂਲਾ ਵੀਸਰੈ ਤੇਰਾ ਚਿਤਿ ਨ ਆਵੈ ਨਾਉ ॥ ੩ ॥ ਸੁਲਤਾਨੁ ਹੋਵਾ ਮੇਲਿ ਲਸਕਰ ਤਖਤਿ ਰਾਖਾ ਪਾਉ ॥ ਹੁਕਮੁ ਹਾਸਲੁ ਕਰੀ ਬੈਠਾ ਨਾਨਕਾ ਸਭ ਵਾਉ ॥ ਮਤੁ ਦੇਖਿ ਭੂਲਾ ਵੀਸਰੈ ਤੇਰਾ ਚਿਤਿ ਨ ਆਵੈ ਨਾਉ ॥ ੪ ॥ ੧ ॥

The palaces studded with diamonds and pearls, perfumed with the most precious fragrances are only distractions in meditation and reflection of the Creator. In separation, my heart aches, my body burns. My only refuge is my Guru. There is no other solace. The splendour of diamonds and pearls, the luxurious beds, lust and greed, are all distractions in meditation and reflection of the Creator. With penance and austerities one acquires the power of miracles. Hidden in the caves the ascetics deceive the innocent people. These austerities are all distractions in meditation and reflection of the Creator.

A Sultan with his magnificent throne and armies is lost in pride and pretence. All this wealth and power is a distraction in meditation and reflection of the Creator.

ਸਿਰੀਰਾਗੁ ਮਹਲਾ ੧ ॥ ਕੋਟਿ ਕੋਟੀ ਮੇਰੀ ਆਰਜਾ ਪਵਣੁ ਪੀਅਣੁ ਅਪਿਆਉ ॥ ਚੰਦੁ ਸੂਰਜੁ ਦੁਇ ਗੁਫੈ ਨ ਦੇਖਾ ਸੁਪਨੈ ਸਉਣ ਨ ਥਾਉ ॥ ਭੀ ਤੇਰੀ ਕੀਮਤਿ ਨਾ ਪਵੈ ਹਉ ਕੇਵਡੁ ਆਖਾ ਨਾਉ ॥ ੧ ॥ ਸਾਚਾ ਨਿਰੰਕਾਰੁ ਨਿਜ ਥਾਇ ॥ ਸੁਣਿ ਸੁਣਿ ਆਖਣੁ ਆਖਣਾ ਜੇ ਭਾਵੈ ਕਰੇ ਤਮਾਇ ॥ ੧ ॥ ਰਹਾਉ ॥ ਕੁਸਾ ਕਟੀਆ ਵਾਰ ਵਾਰ ਪੀਸਣਿ ਪੀਸਾ ਪਾਇ ॥ ਅਗੀ ਸੇਤੀ ਜਾਲੀਆ ਭਸਮ ਸੇਤੀ ਰਲਿ ਜਾਉ ॥ ਭੀ ਤੇਰੀ ਕੀਮਤਿ ਨਾ ਪਵੈ ਹਉ ਕੇਵਡੁ ਆਖਾ ਨਾਉ ॥ ੨ ॥ ਪੰਖੀ ਹੋਇ ਕੈ ਜੇ ਭਵਾ ਸੈ ਅਸਮਾਨੀ ਜਾਉ ॥ ਨਦਰੀ ਕਿਸੈ ਨ ਆਵਊ ਨਾ ਕਿਛੁ ਪੀਆ ਨ ਖਾਉ ॥ ਭੀ ਤੇਰੀ ਕੀਮਤਿ ਨਾ ਪਵੈ ਹਉ ਕੇਵਡੁ ਆਖਾ ਨਾਉ ॥ ੩ ॥ ਨਾਨਕ ਕਾਗਦ ਲਖ ਮਣਾ ਪੜਿ ਪੜਿ ਕੀਚੈ ਭਾਉ ॥ ਮਸੂ ਤੋਟਿ ਨ ਆਵਈ ਲੇਖਣਿ ਪਉਣੁ ਚਲਾਉ ॥ ਭੀ ਤੇਰੀ ਕੀਮਤਿ ਨਾ ਪਵੈ ਹਉ ਕੇਵਡੁ ਆਖਾ ਨਾਉ ॥ ੪ ॥ ੨ ॥

I may live for millions of years sustained by air and water. Hidden in the caves I may not see sun or moon, I may not sleep even in a dream. I cannot appreciate the divine splendour of the Creator, however hard I may try. The True Lord dwells in His cosmos. One cannot appreciate the cosmic space and time, one cannot estimate its extensions. I may suffer hunger and thirst, I may suffer fire and pass through the hardest mills. These austerities lead no where. I cannot appreciate the divine splendour of the Creator, however hard I may try.

I may fly like a bird in the vast skies. I may hide myself and suffer hunger and thirst. I will not be able to appreciate the divine splendour of the Creator, however hard I may try.

I may have thousands of reams of paper and unlimited ink to describe and discern my Lord. I cannot appreciate the divine splendour of the Creator, however hard I may try.

ਸਿਰੀਰਾਗੁ ਮਹਲਾ ੧ ॥ ਲੇਖੈ ਬੋਲਣੁ ਬੋਲਣਾ ਲੇਖੈ ਖਾਣਾ ਖਾਉ ॥ ਲੇਖੈ ਵਾਟ ਚਲਾਈਆ ਲੇਖੈ ਸੁਣਿ ਵੇਖਾਉ ॥ ਲੇਖੈ ਸਾਹ ਲਵਾਈਅਹਿ ਪੜੇ ਕਿ ਪੁਛਣ ਜਾਉ ॥ ੧ ॥ ਬਾਬਾ ਮਾਇਆ ਰਚਨਾ ਧੋਹੁ ॥ ਅੰਧੈ ਨਾਮੁ ਵਿਸਾਰਿਆ ਨਾ ਤਿਸੁ ਏਹ ਨ ਓਹੁ ॥ ੧ ॥ ਰਹਾਉ ॥ ਜੀਵਣ ਮਰਣਾ ਜਾਇ ਕੈ ਏਥੈ ਖਾਜੈ ਕਾਲਿ ॥ ਜਿਥੈ ਬਹਿ ਸਮਝਾਈਐ ਤਿਥੈ ਕੋਇ ਨ ਚਲਿਓ ਨਾਲਿ ॥ ਰੋਵਣ ਵਾਲੇ ਜੇਤੜੇ ਸਭਿ ਬੰਨਹਿ ਪੰਡ ਪਰਾਲਿ ॥ ੨ ॥ ਸਭੁ ਕੋ ਆਖੈ ਬਹੁਤੁ ਬਹੁਤੁ ਘਟਿ ਨ ਆਖੈ ਕੋਇ ॥ ਕੀਮਤਿ ਕਿਨੈ ਨ ਪਾਈਆ ਕਹਣਿ ਨ ਵਡਾ ਹੋਇ ॥ ਸਾਚਾ ਸਾਹਬੁ ਏਕੁ ਤੂ ਹੋਰਿ ਜੀਆ ਕੇਤੇ ਲੋਅ ॥ ੩ ॥ ਨੀਚਾ ਅੰਦਰਿ ਨੀਚ ਜਾਤਿ ਨੀਚੀ ਹੂ ਅਤਿ ਨੀਚੁ ॥ ਨਾਨਕੁ ਤਿਨ ਕੈ ਸੰਗਿ ਸਾਥਿ ਵਡਿਆ ਸਿਉ ਕਿਆ ਰੀਸ ॥ ਜਿਥੈ ਨੀਚ ਸਮਾਲੀਅਨਿ ਤਿਥੈ ਨਦਰਿ ਤੇਰੀ ਬਖਸੀਸ ॥ ੪ ॥ ੩ ॥

ਸਿਰੀਰਾਗੁ ਮਹਲਾ ੧ ॥ ਲਬੁ ਕੁਤਾ ਕੂੜੁ ਚੂਹੜਾ ਠਗਿ ਖਾਧਾ ਮੁਰਦਾਰੁ ॥ ਪਰ ਨਿੰਦਾ ਪਰ ਮਲੁ ਮੁਖਿ ਸੁਧੀ ਅਗਨਿ ਕ੍ਰੋਧੁ ਚੰਡਾਲੁ ॥ ਰਸ ਕਸ ਆਪੁ ਸਲਾਹਣਾ ਏ ਕਰਮ ਮੇਰੇ ਕਰਤਾਰ ॥ ੧ ॥ ਬਾਬਾ ਬੋਲੀਐ ਪਤਿ ਹੋਇ ॥ ਊਤਮ ਸੇ ਦਰਿ ਊਤਮ ਕਹੀਅਹਿ ਨੀਚ ਕਰਮ ਬਹਿ ਰੋਇ ॥ ੧ ॥ ਰਹਾਉ ॥ ਰਸੁ ਸੁਇਨਾ ਰਸੁ ਰੁਪਾ ਕਾਮਣਿ ਰਸੁ ਪਰਮਲ ਕੀ ਵਾਸੁ ॥ ਰਸੁ ਘੋੜੇ ਰਸੁ ਸੇਜਾ ਮੰਦਰ ਰਸੁ ਮੀਠਾ ਰਸੁ ਮਾਸੁ ॥ ਏਤੇ ਰਸ ਸਰੀਰ ਕੇ ਕੈ ਘਟਿ ਨਾਮ ਨਿਵਾਸੁ ॥ ੨ ॥ ਜਿਤੁ ਬੋਲਿਐ ਪਤਿ ਪਾਈਐ ਸੋ ਬੋਲਿਆ ਪਰਵਾਣੁ ॥ ਫਿਕਾ ਬੋਲਿ ਵਿਗੁਚਣਾ ਸੁਣਿ ਮੂਰਖ ਮਨ ਅਜਾਣ ॥ ਜੋ ਤਿਸੁ ਭਾਵਹਿ ਸੇ ਭਲੇ ਹੋਰਿ ਕਿ ਕਹਣ ਵਖਾਣ ॥ ੩ ॥ ਤਿਨ ਮਤਿ ਤਿਨ ਪਤਿ ਤਿਨ ਧਨੁ ਪਲੈ ਜਿਨ ਹਿਰਦੈ ਰਹਿਆ ਸਮਾਇ ॥ ਤਿਨ ਕਾ ਕਿਆ ਸਾਲਾਹਣਾ ਅਵਰ ਸੁਆਲਿਉ ਕਾਇ ॥ ਨਾਨਕ ਨਦਰੀ ਬਾਹਰੇ ਰਾਚਹਿ ਦਾਨਿ ਨ ਨਾਇ ॥ ੪ ॥ ੪ ॥

There are human beings who are stuck in greed, lust, corruption and decadence. They are deluded in jealousy and hatred of the others. The fire of passion and the pollution of rotten deeds are their guides. They are deluded in their false status. They do not see the divine truth, the divine judgement... They are alienated from the Creator for ever. In meditation and reflection, there is respect and honour. The purity of deeds leads to the purity of mind. The degeneration of actions leads to decay and decadence. When the last hour arrives, it is too late to cry and repent.

There are human beings who run after women and wealth. They hanker after gold and silver. They are deluded by the army of horses and trainers. How can there be the presence of the sublime Creator in such polluted minds?

The divine discourse follows the divine Order. It is accepted and honoured in His audience. The polluted discourse follows the false and corrupt intentions. It leads to dishonour and disrespect. Those who follow the Will of the Creator are His beloveds. They are honoured in His audience. Others rot in degeneration. The minds which are blessed by His meditation are pure and serene. They are wise. They comprehend the mystery of the universe. They are the beloveds of the Lord. Those who are engrossed in false illusions, they are deprived of the blessings of the Lord. They are alienated. they are estranged. They suffer for ever.

ਸਿਰੀਰਾਗੁ ਮਹਲਾ ੧ ॥ ਅਮਲੁ ਗਲੋਲਾ ਕੂੜ ਕਾ ਦਿਤਾ ਦੇਵਣਹਾਰਿ ॥ ਮਤੀ ਮਰਣੁ ਵਿਸਾਰਿਆ ਖੁਸੀ ਕੀਤੀ ਦਿਨ ਚਾਰਿ ॥ ਸਚੁ ਮਿਲਿਆ ਤਿਨ ਸੋਫੀਆ ਰਾਖਣ ਕਉ ਦਰਵਾਰੁ ॥ ੧ ॥ ਨਾਨਕ ਸਾਚੇ ਕਉ ਸਚੁ ਜਾਣੁ ॥ ਜਿਤੁ ਸੇਵਿਐ ਸੁਖੁ ਪਾਈਐ ਤੇਰੀ ਦਰਗਹ ਚਲੈ ਮਾਣੁ ॥ ੧ ॥ ਰਹਾਉ ॥ ਸਚੁ ਸਰਾ ਗੁੜ ਬਾਹਰਾ ਜਿਸੁ ਵਿਚਿ ਸਚਾ ਨਾਉ ॥ ਸੁਣਹਿ ਵਖਾਣਹਿ ਜੇਤੜੇ ਹਉ ਤਿਨ ਬਲਿਹਾਰੈ ਜਾਉ ॥ ਤਾ ਮਨੁ ਖੀਵਾ ਜਾਣੀਐ ਜਾ ਮਹਲੀ ਪਾਏ ਥਾਉ ॥ ੨ ॥ ਨਾਉ ਨੀਰੁ ਚੰਗਿਆਈਆ ਸਤੁ ਪਰਮਲੁ ਤਨਿ ਵਾਸੁ ॥ ਤਾ ਮੁਖੁ ਹੋਵੈ ਉਜਲਾ ਲਖ ਦਾਤੀ ਇਕ ਦਾਤਿ ॥ ਦੂਖ ਤਿਸੈ ਪਹਿ ਆਖੀਅਹਿ ਸੂਖ ਜਿਸੈ ਹੀ ਪਾਸਿ ॥ ੩ ॥ ਸੋ ਕਿਉ ਮਨਹੁ ਵਿਸਾਰੀਐ ਜਾ ਕੇ ਜੀਅ ਪਰਾਣ ॥ ਤਿਸੁ ਵਿਣੁ ਸਭੁ ਅਪਵਿਤ੍ਰੁ ਹੈ ਜੇਤਾ ਪੈਨਣੁ ਖਾਣੁ ॥ ਹੋਰਿ ਗਲਾਂ ਸਭਿ ਕੂੜੀਆ ਤੁਧੁ ਭਾਵੈ ਪਰਵਾਣੁ ॥ ੪ ॥ ੫ ॥

The discourse of the alienated being continues.

In this shabad, composition, Guru Nanak presents the conceptual opposition of **ਸਚ**, truth, verity, and **ਕੂੜ,** kūr, rotten, corrupt. There are some who are drenched in **ਕੂੜ**.They are rotten and corrupt. They lead a life of dishonesty and decadence. They have forgotten the Creator and His nature. They are rotten to the core. They live the lives of deception and delusion.

And there are others who are blessed with the gift of Truth. They follow the Cosmic Order. They are in tune with the divine rhythm of the Creator. They are honoured in His audience.

The Truth of the True Lord is sweet and serene. Its Truth saturates every aspect of the universe. Those who meditate and reflect upon the divine truth, they are blessed.
The Truth of the True Lord prevails the whole universe. All actions in the anthropological world are judged by this Truth. Those who are engaged in dirty and rotten deeds, they are doomed. They suffer for ever. But this sufferance is not divine, it is stuck in evil.
How can one forget the Creator who is the giver of life and death. Deprived of His Truth, every thing is impure, polluted.

ਸਰੀਰਾਗੁ ਮਹਲੁ ੧ ॥ ਜਾਲਿ ਮੋਹੁ ਘਸਿ ਮਸੁ ਕਰਿ ਮਤਿ ਕਾਗਦੁ ਕਰਿ ਸਾਰੁ ॥ ਭਾਉ ਕਲਮ ਕਰਿ ਚਿਤੁ ਲੇਖਾਰੀ ਗੁਰ ਪੁਛਿ ਲਿਖੁ ਬੀਚਾਰੁ ॥ ਲਿਖੁ ਨਾਮੁ ਸਾਲਾਹ ਲਿਖੁ ਲਿਖੁ ਅੰਤੁ ਨ ਪਾਰਾਵਾਰੁ ॥ ੧ ॥ ਬਾਬਾ ਏਹੁ ਲੇਖਾ ਲਿਖਿ ਜਾਣੁ ॥ ਜਿਥੈ ਲੇਖਾ ਮੰਗੀਐ ਤਿਥੈ ਹੋਇ ਸਚਾ ਨੀਸਾਣੁ ॥ ੧ ॥ ਰਹਾਉ ॥ ਜਿਥੈ ਮਿਲਹਿ ਵਡਿਆਈਆ ਸਦ ਖੁਸੀਆ ਸਦ ਚਾਉ ॥ ਤਿਨ ਮੁਖਿ ਟਿਕੇ ਨਿਕਲਹਿ ਜਿਨ ਮਨਿ ਸਚਾ ਨਾਉ ॥ ਕਰਮਿ ਮਿਲੈ ਤਾ ਪਾਈਐ ਨਾਹੀ ਗਲੀ ਵਾਉ ਦੁਆਉ ॥ ੨ ॥ ਇਕਿ ਆਵਹਿ ਇਕਿ ਜਾਹਿ ਉਠਿ ਰਖੀਅਹਿ ਨਾਵ ਸਲਾਰ ॥ ਇਕਿ ਉਪਾਏ ਮੰਗਤੇ ਇਕਨਾ ਵਡੇ ਦਰਵਾਰ ॥ ਅਗੈ ਗਇਆ ਜਾਣੀਐ ਵਿਣੁ ਨਾਵੈ ਵੇਕਾਰ ॥ ੩ ॥ ਭੈ ਤੇਰੈ ਡਰੁ ਅਗਲਾ ਖਪਿ ਖਪਿ ਛਿਜੈ ਦੇਹ ॥ ਨਾਵ ਜਿਨਾ ਸੁਲਤਾਨ ਖਾਨ ਹੋਦੇ ਡਿਠੇ ਖੇਹ ॥ ਨਾਨਕ ਉਠੀ ਚਲਿਆ ਸਭਿ ਕੂੜੇ ਤੁਟੇ ਨੇਹ ॥ ੪ ॥ ੬ ॥

When the devotee controls his passions, when he overcomes lust and greed, he articulates the right discourse on the paper of life. When there is discipline, when the mind is steady and serene, the writer writes the right words. His discourse comprehends the mystery of the universe. This is the right discourse, the discourse of the divine Truth. It follows the right direction. There is no flaw, no deception. Those who are blessed with this divine Truth, they are always in tune with the divine rhythm. They are never alienated. There are some who are blessed and there are others who are lost for ever. They are all caught in the cobweb of Time. They come and go as pleases the Creator. The sultans and the powerful of this world are doomed if they forget their Creator. None comes to their help in the last hour.

ਸਿਰੀਰਾਗੁ ਮਹਲਾ ੧ ॥ ਸਭਿ ਰਸ ਮਿਠੇ ਮੰਨਿਐ ਸੁਣਿਐ ਸਾਲੋਣੇ ॥ ਖਟ ਤੁਰਸੀ ਮੁਖਿ ਬੋਲਣਾ ਮਾਰਣ ਨਾਦ ਕੀਏ ॥ ਛਤੀਹ ਅੰਮ੍ਰਿਤ ਭਾਉ ਏਕੁ ਜਾ ਕਉ ਨਦਰਿ ਕਰੇਇ ॥ ੧ ॥ ਬਾਬਾ ਹੋਰੁ ਖਾਣਾ ਖੁਸੀ ਖੁਆਰੁ ॥ ਜਿਤੁ ਖਾਧੈ ਤਨੁ ਪੀੜੀਐ ਮਨ ਮਹਿ ਚਲਹਿ ਵਿਕਾਰ ॥ ੧ ॥ ਰਹਾਉ ॥ ਰਤਾ ਪੈਨਣੁ ਮਨੁ ਰਤਾ ਸੁਪੇਦੀ ਸਤੁ ਦਾਨੁ ॥ ਨੀਲੀ ਸਿਆਹੀ ਕਦਾ ਕਰਣੀ ਪਹਿਰਣੁ ਪੈਰ ਧਿਆਨੁ ॥ ਕਮਰਬੰਦੁ ਸੰਤੋਖ ਕਾ ਧਨੁ ਜੋਬਨੁ ਤੇਰਾ ਨਾਮੁ ॥ ੨ ॥ ਬਾਬਾ ਹੋਰੁ ਪੈਨਣੁ ਖੁਸੀ ਖੁਆਰੁ ॥ ਜਿਤੁ ਪੈਧੈ ਤਨੁ ਪੀੜੀਐ ਮਨ ਮਹਿ ਚਲਹਿ ਵਿਕਾਰ ॥ ੧ ॥ ਰਹਾਉ ॥ ਘੋੜੇ ਪਾਖਰ ਸੁਇਨੇ ਸਾਖਤਿ ਬੂਝਣੁ ਤੇਰੀ ਵਾਟ ॥ ਤਰਕਸ ਤੀਰ ਕਮਾਣ ਸਾਂਗ ਤੇਗਬੰਦ ਗੁਣ ਧਾਤੁ ॥ ਵਾਜਾ ਨੇਜਾ ਪਤਿ ਸਿਉ ਪਰਗਟੁ ਕਰਮੁ ਤੇਰਾ ਮੇਰੀ ਜਾਤਿ ॥ ੩ ॥ ਬਾਬਾ ਹੋਰੁ ਚੜਣਾ ਖੁਸੀ ਖੁਆਰੁ ॥ ਜਿਤੁ ਚੜਿਐ ਤਨੁ ਪੀੜੀਐ ਮਨ ਮਹਿ ਚਲਹਿ ਵਿਕਾਰ ॥ ੧ ॥ ਰਹਾਉ ॥ ਘਰ ਮੰਦਰ ਖੁਸੀ ਨਾਮ ਕੀ ਨਦਰਿ ਤੇਪਰਵਾਰੁ ॥ ਹੁਕਮੁ ਸੋਈ ਤੁਧੁ ਭਾਵਸੀ ਹੋਰੁ ਆਖਣੁ ਬਹੁਤੁ ਅਪਾਰੁ ॥ ਨਾਨਕ ਸਚਾ ਪਾਤਿਸਾਹੁ ਪੂਛਿ ਨ ਕਰੇ ਬੀਚਾਰੁ ॥ ੪ ॥ ਬਾਬਾ ਹੋਰੁ ਸਉਣਾ ਖੁਸੀ ਖੁਆਰੁ ॥ ਜਿਤੁ ਸੁਤੈ ਤਨੁ ਪੀੜੀਐ ਮਨ ਮਹਿ ਚਲਹਿ ਵਿਕਾਰ ॥ ੧ ॥ ਰਹਾਉ ॥ ੪ ॥ ੭ ॥

Indulgence in luxuries and lust leads the beings astray. To meditate, to articulate the Word of God leads to bliss and happiness. Every other indulgence, every other luxury leads to estrangement and anxiety. Such indulgence corrupts body, corrupts mind. All embellishment is false satisfaction. All clothes, all jewellery, all silver and gold are outer manifestations. They all lead to estrangement and alienation. All horses, all chariots, all armies are false satisfactions. Only meditation and reflection can save the erring humanity. Pride and pretension lead to alienation and estrangement. In the temple of meditation one reflects upon the Cosmic Order. One follows the Cosmic Vision. In His Will, in His path is peace and serenity. Every other path leads to estrangement and alienation. In the Sublime Truth of the Creator is bliss and bounty. There is light and divine discourse. Every other discourse is darkness and degeneration. It leads to estrangement and alienation.

ਸਿਰੀਰਾਗੁ ਮਹਲਾ ੧ ॥ ਕੁੰਗੂ ਕੀ ਕਾਂਇਆ ਰਤਨਾ ਕੀ ਲਲਿਤਾ ਅਗਰਿ ਵਾਸੁ ਤਨਿ ਸਾਸੁ ॥ ਅਠਸਠਿ ਤੀਰਥ ਕਾ ਮੁਖਿ ਟਿਕਾ ਤਿਤੁ ਘਟਿ ਮਤਿ ਵਿਗਾਸੁ ॥ ਓਤੁ ਮਤੀ ਸਾਲਾਹਣਾ ਸਚੁ ਨਾਮੁ ਗੁਣਤਾਸੁ ॥ ੧ ॥ ਬਾਬਾ ਹੋਰ ਮਤਿ ਹੋਰ ਹੋਰ ॥ ਜੇ ਸਉ ਵੇਰ ਕਮਾਈਐ ਕੂੜੈ ਕੂੜਾ ਜੋਰੁ ॥ ੧ ॥ ਰਹਾਉ ॥ ਪੂਜ ਲਗੈ ਪੀਰੁ ਆਖੀਐ ਸਭੁ ਮਿਲੈ ਸੰਸਾਰੁ ॥ ਨਾਉ ਸਦਾਏ ਆਪਣਾ ਹੋਵੈ ਸਿਧੁ ਸੁਮਾਰੁ ॥ ਜਾ ਪਤਿ ਲੇਖੈ ਨ ਪਵੈ ਸਭਾ ਪੂਜ ਖੁਆਰੁ ॥ ੨ ॥

ਜਿਨ ਕਉ ਸਤਿਗੁਰਿ ਥਾਪਿਆ ਤਿਨ ਮੇਟਿ ਨ ਸਕੈ ਕੋਇ ॥ ਓਨਾ ਅੰਦਰਿ ਨਾਮੁ ਨਿਧਾਨੁ ਹੈ ਨਾਮੋ ਪਰਗਟੁ ਹੋਇ ॥ ਨਾਉ ਪੂਜੀਐ ਨਾਉ ਮੰਨੀਐ ਅਖੰਡੁ ਸਦਾ ਸਚੁ ਸੋਇ ॥ ੩ ॥ ਖੇਹੂ ਖੇਹ ਰਲਾਈਐ ਤਾ ਜੀਉ ਕੇਹਾ ਹੋਇ ॥ ਜਲੀਆ ਸਭਿ ਸਿਆਣਪਾ ਉਠੀ ਚਲਿਆ ਰੋਇ ॥ ਨਾਨਕ ਨਾਮਿ ਵਿਸਾਰਿਐ ਦਰਿ ਗਇਆ ਕਿਆ ਹੋਇ ॥ ੪ ॥ ੮ ॥

The various religious ceremonies and worships which pretend to the purity of body and dress, piety of formal religious symbols are all useless exercises. The Truth of the True Lord does not need any ceremonial baggage. It is in meditation and reflection that the being acquires peace and piety. It is in search of the Sublime Truth that the being is integrated in the rhythm of the Creator. Every other exercise leads to estrangement and alienation.

There are those who pretend to be holy men, who are famous for their miracles. They are all deluded in false rituals. They lead to estrangement and alienation. Those who are blessed by the Guru, they are always happy and serene. They need not brag and boast. They are enlightened within with the divine knowledge of Truth.

False pretensions and pride in wealth and luxury lead to estrangement and alienation. False wisdom leads to false paths, the paths that lead to perilous ways. Those who forget to reflect upon the Truth of the True Lord follow the path of estrangement and alienation.

ਗੁਣਵੰਤੀ ਗੁਣ ਵੀਥਰੈ ਅਉਗੁਣਵੰਤੀ ਝੂਰਿ ॥ ਜੇ ਲੋੜਹਿ ਵਰੁ ਕਾਮਣੀ ਨਹ ਮਿਲੀਐ ਪਿਰ ਕੂਰਿ ॥ ਨਾ ਬੇੜੀ ਨਾ ਤੁਲਹੜਾ ਨਾ ਪਾਈਐ ਪਿਰੁ ਦੂਰਿ ॥ ੧ ॥ ਮੇਰੇ ਠਾਕੁਰ ਪੂਰੈ ਤਖਤਿ ਅਡੋਲੁ ॥ ਗੁਰਮੁਖਿ

ਪੂਰਾ ਜੇ ਕਰੇ ਪਾਈਐ ਸਾਚੁ ਅਤੋਲੁ ॥ ੧ ॥ ਰਹਾਉ ॥ ਪ੍ਰਭੁ ਹਰਿਮੰਦਰੁ ਸੋਹਣਾ ਤਿਸੁ ਮਹਿ ਮਾਣਕ ਲਾਲ ॥ ਮੋਤੀ ਹੀਰਾ ਨਿਰਮਲਾ ਕੰਚਨ ਕੋਟ ਰੀਸਾਲ ॥ ਬਿਨੁ ਪਉੜੀ ਗੜਿ ਕਿਉ ਚੜਉ ਗੁਰ ਹਰਿ ਧਿਆਨ ਨਿਹਾਲ ॥ ੨ ॥ ਗੁਰੁ ਪਉੜੀ ਬੇੜੀ ਗੁਰੂ ਗੁਰੁ ਤੁਲਹਾ ਹਰਿ ਨਾਉ ॥ ਗੁਰੁ ਸਰੁ ਸਾਗਰੁ ਬੋਹਿਥੋ ਗੁਰੁ ਤੀਰਥੁ ਦਰੀਆਉ ॥ ਜੇ ਤਿਸੁ ਭਾਵੈ ਊਜਲੀ ਸਤ ਸਰਿ ਨਾਵਣ ਜਾਉ ॥ ੩ ॥ ਪੂਰੋ ਪੂਰੋ ਆਖੀਐ ਪੂਰੈ ਤਖਤਿ ਨਿਵਾਸ ॥ ਪੂਰੈ ਥਾਨਿ ਸੁਹਾਵਣੈ ਪੂਰੈ ਆਸ ਨਿਰਾਸ ॥ ਨਾਨਕ ਪੂਰਾ ਜੇ ਮਿਲੈ ਕਿਉ ਘਾਟੈ ਗੁਣ ਤਾਸ ॥ ੪ ॥ ੯ ॥

ਪੁਰਖ ਮਹਿ ਨਾਰਿ ਨਾਰਿ ਮਹਿ ਪੁਰਖਾ ਬੂਝਹੁ ਬ੍ਰਹਮ ਗਿਆਨੀ ॥ (Adi Granth, page 879)

There are female elements in every male and male elements in every female; this metaphysical truth can be discerned only by the wisest.

This metaphysical discourse of Guru Nanak is extremely important, for it radically alters the metaphorical and gender discourse of the Bhakti movement of India. The discourse of Nanak Bani operates at another metaphysical register. The virtuous meditates and reflects. The villain suffers in distress. There is no union of the beloveds. There is no boat. No boatman, the love is far away. How can one cross this river of separation? My love adorns the golden throne. The Gurmukh, the one who follows the Guru's discourse, follows the path of the divine Truth.

We have here the conceptual opposition of Gurmukh, the follower of the path of the Guru, and Manmukh, who follows his own will and vice. Obviously, the Manmukh is alienated; the Gurmukh is in tune with the divine rhythm, he is integrated in the divine Order.

The temple of the Creator is adorned with diamonds and pearls. Its beauty surpasses all lights and splendours. One cannot climb the stair of this heavenly temple without the blessing of the Guru.

The Guru is the boatman, the one who helps the ordinary human beings cross the river of suffering. The Guru is the

incarnation of divine Truth, the Guru is the most important pilgrimage. If it pleases the Guru, the devotee bathes in the pure waters of the river of divine Truth.
The Guru is the incarnation of perfection. His path is perfect. His discourse is saturated with sublime Truth. If the devotee encounters the perfect Being in his meditation and reflection, he is saved.

ਸਿਰੀਰਾਗੁ ਮਹਲਾ ੧ ॥ ਆਵਹੁ ਭੈਣੇ ਗਲਿ ਮਿਲਹ ਅੰਕਿ ਸਹੇਲੜੀਆਹ ॥ ਮਿਲਿ ਕੈ ਕਰਹ ਕਹਾਣੀਆ ਸੰਮ੍ਰਥ ਕੰਤ ਕੀਆਹ ॥ ਸਾਚੇ ਸਾਹਿਬ ਸਭਿ ਗੁਣ ਅਉਗਣ ਸਭਿ ਅਸਾਹ ॥ ੧ ॥ ਕਰਤਾ ਸਭੁ ਕੋ ਤੇਰੈ ਜੋਰਿ ॥ ਏਕੁ ਸਬਦੁ ਬੀਚਾਰੀਐ ਜਾ ਤੂ ਤਾ ਕਿਆ ਹੋਰਿ ॥ ੧ ॥ ਰਹਾਉ ॥ ਜਾਇ ਪੁਛਹੁ ਸੋਹਾਗਣੀ ਤੁਸੀ ਰਾਵਿਆ ਕਿਨੀ ਗੁਣ^ੀ ॥ ਸਹਜਿ ਸੰਤੋਖਿ ਸੀਗਾਰੀਆ ਮਿਠਾ ਬੋਲਣੀ ॥ ਪਿਰੁ ਰੀਸਾਲੂ ਤਾ ਮਿਲੈ ਜਾ ਗੁਰ ਕਾ ਸਬਦੁ ਸੁਣੀ ॥ ੨ ॥ ਕੇਤੀਆ ਤੇਰੀਆ ਕੁਦਰਤੀ ਕੇਵਡ ਤੇਰੀ ਦਾਤਿ ॥ ਕੇਤੇ ਤੇਰੇ ਜੀਅ ਜੰਤ ਸਿਫਤਿ ਕਰਹਿ ਦਿਨੁ ਰਾਤਿ ॥ ਕੇਤੇ ਤੇਰੇ ਰੂਪ ਰੰਗ ਕੇਤੇ ਜਾਤਿ ਅਜਾਤਿ ॥ ੩ ॥ ਸਚੁ ਮਿਲੈ ਸਚੁ ਊਪਜੈ ਸਚ ਮਹਿ ਸਾਚਿ ਸਮਾਇ ॥ ਸੁਰਤਿ ਹੋਵੈ ਪਤਿ ਊਗਵੈ ਗੁਰਬਚਨੀ ਭਉ ਖਾਇ ॥ ਨਾਨਕ ਸਚਾ ਪਾਤਿਸਾਹੁ ਆਪੇ ਲਏ ਮਿਲਾਇ ॥ ੪ ॥ ੧੦ ॥

In the earlier composition, we had the conceptual opposition of Gurmukh and Manmukh, the one who follows the Guru's discourse, and the other, who does not.
In this *shabad*, composition, we have the conceptual opposition of sohagani, the one (in the metaphor of female) who is devoted to her lover, who enjoys the blessings of her Lover; and dohagani, who does not, who suffers in estrangement, in alienation. It must be empasised that this male/female opposition is metaphoric. The relation of love and affection is taken as a metaphor for the love of God in religious discourse.
The friends get together to talk about their Love. They recount the tales of their lover, their master who is the incarnation of Truth. The friends lament their shortcomings and the virtues of their Love.
The Creator is the master of all. He surveys the whole cosmos. His one Word leads to the knowledge of the mystery of the

universe.

Go ask the sohagani how she pleased her Love? How her sweet words enchanted her Love? How she was able to discern His Word and Discourse? How she could meet her Love?

God's creation is beyond all descriptions, beyond all imagination. His benevolence is beyond all estimation. His forms, His manifestations, His articulations are beyond all discourses.

It is in Truth that we meet our True Lord. In the rhythm of truth the heavenly nature sustains its existence. It is in the discernment of Truth that lie all blessings. It is in Truth that one encounters one's Love.

ਸਿਰੀਰਾਗੁ ਮਹਲਾ ੧ ॥ ਭਲੀ ਸਰੀ ਜਿ ਉਬਰੀ ਹਉਮੈ ਮੁਈ ਘਰਾਹੁ ॥ ਦੂਤ ਲਗੇ ਫਿਰਿ ਚਾਕਰੀ ਸਤਿਗੁਰ ਕਾ ਵੇਸਾਹੁ ॥ ਕਲਪ ਤਿਆਗੀ ਬਾਦਿ ਹੈ ਸਚਾ ਵੇਪਰਵਾਹੁ ॥ ੧ ॥ ਮਨ ਰੇ ਸਚੁ ਮਿਲੈ ਭਉ ਜਾਇ ॥ ਭੈ ਬਿਨੁ ਨਿਰਭਉ ਕਿਉ ਥੀਐ ਗੁਰਮੁਖਿ ਸਬਦਿ ਸਮਾਇ ॥ ੧ ॥ ਰਹਾਉ ॥ ਕੇਤਾ ਆਖਣੁ ਆਖੀਐ ਆਖਣਿ ਤੋਟਿ ਨ ਹੋਇ ॥ ਮੰਗਣ ਵਾਲੇ ਕੇਤੜੇ ਦਾਤਾ ਏਕੋ ਸੋਇ ॥ ਜਿਸ ਕੇ ਜੀਅ ਪਰਾਣ ਹੈ ਮਨਿ ਵਸਿਐ ਸੁਖੁ ਹੋਇ ॥ ੨ ॥ ਜਗੁ ਸੁਪਨਾ ਬਾਜੀ ਬਨੀ ਖਿਨ ਮਹਿ ਖੇਲੁ ਖੇਲਾਇ ॥ ਸੰਜੋਗੀ ਮਿਲਿ ਏਕਸੇ ਵਿਜੋਗੀ ਉਠਿ ਜਾਇ ॥ ਜੋ ਤਿਸੁ ਭਾਣਾ ਸੋ ਥੀਐ ਅਵਰੁ ਨ ਕਰਣਾ ਜਾਇ ॥ ੩ ॥ ਗੁਰਮੁਖਿ ਵਸਤੁ ਵੇਸਾਹੀਐ ਸਚੁ ਵਖਰੁ ਸਚੁ ਰਾਸਿ ॥ ਜਿਨੀ ਸਚੁ ਵਣੰਜਿਆ ਗੁਰ ਪੂਰੇ ਸਾਬਾਸਿ ॥ ਨਾਨਕ ਵਸਤੁ ਪਛਾਣਸੀ ਸਚੁ ਸਉਦਾ ਜਿਸੁ ਪਾਸਿ ॥ ੪ ॥ ੧੧ ॥

Apart from the conceptual opposition of Gurmukh/Manmukh, we have here the conceptual opposition of *sanyogī* and *viyogī*. *Sanyogī* is the one who is in union with the Creator, his/her Love; *viyogī* is the one who lives and suffers in separation. The former is in tune, integrated, blessed; the other is separated, in distress, alienated.

The devotee is grateful. She has shed her pride and passions. She has subdued her demons. She is graced by her Guru. She has shed her lust and passionate longings. She has followed the Word of her Lord. She has followed the path of the divine Truth. On the path of the divine Truth, all her fears are gone, all her doubts are removed. She has acquired the status of

Gurmukh who follows the path of the Guru.

There is no end to His discourses, His utterances. There is no end to His benevolence, His generosity. In His Truth, in His Word, there is life, there is peace and piety.

This world is a dream. In a moment this world is no more. It is an illusion. In *sanyog*, there is union, there is Truth. In *viyog*, there is separation, there is misery and pain. It is all in His Will, in His Cosmic Order.

The Gurmukh follows the divine Word, the divine Truth. Those who follow this divine path are saved, are blessed by the Guru. Where there is divine Truth, there is peace and prosperity. There is piety, there is divine blessing.

ਸਿਰੀਰਾਗੁ ਮਹਲੁ ੧ ॥ ਧਾਤੁ ਮਿਲੈ ਫੁਨਿ ਧਾਤੁ ਕਉ ਸਿਫਤੀ ਸਿਫਤਿ ਸਮਾਇ ॥ ਲਾਲੁ ਗੁਲਾਲੁ ਗਹਬਰਾ ਸਚਾ ਰੰਗੁ ਚੜਾਉ ॥ ਸਚੁ ਮਿਲੈ ਸੰਤੋਖੀਆ ਹਰਿ ਜਪਿ ਏਕੈ ਭਾਇ ॥ ੧ ॥ ਭਾਈ ਰੇ ਸੰਤ ਜਨਾ ਕੀ ਰੇਣੁ ॥ ਸੰਤ ਸਭਾ ਗੁਰੁ ਪਾਈਐ ਮੁਕਤਿ ਪਦਾਰਥੁ ਧੇਣੁ ॥ ੧ ॥ ਰਹਾਉ ॥ ਊਚਉ ਥਾਨੁ ਸੁਹਾਵਣਾ ਊਪਰਿ ਮਹਲੁ ਮੁਰਾਰਿ ॥ ਸਚੁ ਕਰਣੀ ਦੇ ਪਾਈਐ ਦਰੁ ਘਰੁ ਮਹਲੁ ਪਿਆਰਿ ॥ ਗੁਰਮੁਖਿ ਮਨੁ ਸਮਝਾਈਐ ਆਤਮ ਰਾਮੁ ਬੀਚਾਰਿ ॥ ੨ ॥ ਤ੍ਰਿਬਿਧਿ ਕਰਮ ਕਮਾਈਅਹਿ ਆਸ ਅੰਦੇਸਾ ਹੋਇ ॥ ਕਿਉ ਗੁਰ ਬਿਨੁ ਤ੍ਰਿਕੁਟੀ ਛੁਟਸੀ ਸਹਜਿ ਮਿਲਿਐ ਸੁਖੁ ਹੋਇ ॥ ਨਿਜ ਘਰਿ ਮਹਲੁ ਪਛਾਣੀਐ ਨਦਰਿ ਕਰੇ ਮਲੁ ਧੋਇ ॥ ੩ ॥ ਬਿਨੁ ਗੁਰ ਮੈਲੁ ਨ ਉਤਰੈ ਬਿਨੁ ਹਰਿ ਕਿਉ ਘਰ ਵਾਸੁ ॥ ਏਕੋ ਸਬਦੁ ਵੀਚਾਰੀਐ ਅਵਰ ਤਿਆਗੈ ਆਸ ॥ ਨਾਨਕ ਦੇਖਿ ਦਿਖਾਈਐ ਹਉ ਸਦ ਬਲਿਹਾਰੈ ਜਾਸੁ ॥ ੪ ॥ ੧੨ ॥

The one who meditates and reflects upon the sublime nature of the Creator merges with the Creator as a metal is melt in another metal. Their union is fast and deep in the deep red colour of love. In this union there is peace and piety. There is truth and trust. The devotee is in the company of pious souls, the seekers after truth. In this company there is the blessing of the Guru.

In the splendid palaces of the divine, there is peace and serenity. There is the sublime discourse of Truth. The Gurmukh, the follower of the path of the Guru, meditates and reflects upon the sublime verity of the cosmos.

In this atmosphere of heavenly abode, all doubts and delusions are eradicated. With the blessings of the Guru, the devotee enters the region of sublime Truth. With the benevolence of the Creator, all dirt is washed away. There is purity and piety. Bereft of Guru's blessings, the dirt of the mind is not removed. Meditation and reflection upon the divine Word lead to existential peace. In this sublime atmosphere, there is cosmic vision of the Creator.

ਸਿਰੀਰਾਗੁ ਮਹਲਾ ੧ ॥ ਧ੍ਰਿਗੁ ਜੀਵਣੁ ਦੋਹਾਗਣੀ ਮੁਠੀ ਦੂਜੈ ਭਾਇ ॥ ਕਲਰ ਕੇਰੀ ਕੰਧ ਜਿਉ ਅਹਿਨਿਸਿ ਕਿਰਿ ਢਹਿ ਪਾਇ ॥ ਬਿਨੁ ਸਬਦੈ ਸੁਖੁ ਨਾ ਥੀਐ ਪਿਰ ਬਿਨੁ ਦੂਖੁ ਨ ਜਾਇ ॥ ੧ ॥ ਮੁੰਧੇ ਪਿਰ ਬਿਨੁ ਕਿਆ ਸੀਗਾਰੁ ॥ ਦਰਿ ਘਰਿ ਢੋਈ ਨ ਲਹੈ ਦਰਗਹ ਝੂਠੁ ਖੁਆਰੁ ॥ ੧ ॥ ਰਹਾਉ ॥ ਆਪਿ ਸੁਜਾਣੁ ਨ ਭੁਲਈ ਸਚਾ ਵਡ ਕਿਰਸਾਣੁ ॥ ਪਹਿਲਾ ਧਰਤੀ ਸਾਧਿ ਕੈ ਸਚੁ ਨਾਮੁ ਦੇ ਦਾਣੁ ॥ ਨਉ ਨਿਧਿ ਉਪਜੈ ਨਾਮੁ ਏਕੁ ਕਰਮਿ ਪਵੈ ਨੀਸਾਣੁ ॥ ੨ ॥ ਗੁਰ ਕਉ ਜਾਨਿ ਨ ਜਾਣਈ ਕਿਆ ਤਿਸੁ ਚਜੁ ਅਚਾਰੁ ॥ ਅੰਧੁਲੈ ਨਾਮੁ ਵਿਸਾਰਿਆ ਮਨਮੁਖਿ ਅੰਧ ਗੁਬਾਰੁ ॥ ਆਵਣੁ ਜਾਣੁ ਨ ਚੁਕਈ ਮਰਿ ਜਨਮੈ ਹੋਇ ਖੁਆਰੁ ॥ ੩ ॥ ਚੰਦਨੁ ਮੋਲਿ ਅਣਾਇਆ ਕੁੰਗੂ ਮਾਂਗ ਸੰਧੂਰੁ ॥ ਚੋਆ ਚੰਦਨੁ ਬਹੁ ਘਣਾ ਪਾਨਾ ਨਾਲਿ ਕਪੂਰੁ ॥ ਜੇ ਧਨ ਕੰਤਿ ਨ ਭਾਵਈ ਤ ਸਭਿ ਅਡੰਬਰ ਕੂੜੁ ॥ ੪ ॥ ਸਭਿ ਰਸ ਭੋਗਣ ਬਾਦਿ ਹਹਿ ਸਭਿ ਸੀਗਾਰ ਵਿਕਾਰ ॥ ਜਬ ਲਗੁ ਸਬਦਿ ਨ ਭੇਦੀਐ ਕਿਉ ਸੋਹੈ ਗੁਰਦੁਆਰਿ ॥ ਨਾਨਕ ਧੰਨੁ ਸੁਹਾਗਣੀ ਜਿਨ ਸਹ ਨਾਲਿ ਪਿਆਰੁ ॥ ੫ ॥ ੧੩ ॥

In this shabad, we have again the conceptual opposition of sohagani and dohagani, the former in union with her Love, the other estranged and alienated. Dohagani is alienated. Her life is a miserable. She suffers in separation, in estrangement, in alienation. She is lost in illusions. She is like a wall that may fall any moment. In distress, she cannot depend upon any thing. Without the divine Word, there is no peace. Without the blessing of the Lord, there is no serenity.

In estrangement and alienation, there is no point in embellishment. There is no place for such a person in the dwelling of the Creator. There is only misery and misfortune.

The noble farmer plants the right seeds of devotion. He prepares his field well with meditation on the nature of the Creator. He plants the pure seeds of Truth. The plants of

Truth and Trust grow in such a field of the honest farmer.
The one who does not follow his Guru is lost in wilderness. The manmukh, the one who follows his own will, who does not follow the path of the Guru, does not reflect upon the nature of the universe. He is blind to the sublime Truth of the cosmos. He is caught in the circle of life and death.
There may be all the luxuries. There may be all the pleasures. There may be all the precious diamonds and pearls. All this amounts to nothing if there is no love, if there is no union of the souls.
All pleasures and passions are of no avail if one is estranged, if one is alienated. If the mind is not tuned to the divine Word, there is no serenity. *Dohaganī* is alienated and suffers in misery and solitude. *Sohaganī* enjoys union with her Lord. She is happy and blessed in love and affection.

ਸਿਰੀਰਾਗੁ ਮਹਲਾ ੧ ॥ ਸੁੰਞੀ ਦੇਹ ਡਰਾਵਣੀ ਜਾ ਜੀਉ ਵਿਚਹੁ ਜਾਇ ॥ ਭਾਹਿ ਬਲੰਦੀ ਵਿਝਵੀ ਧੂਉ ਨ ਨਿਕਸਿਓ ਕਾਇ ॥ ਪੰਚੇ ਰੁੰਨੇ ਦੁਖਿ ਭਰੇ ਬਿਨਸੇ ਦੂਜੈ ਭਾਇ ॥ ੧ ॥ ਮੂੜੇ ਰਾਮੁ ਜਪਹੁ ਗੁਣ ਸਾਰਿ ॥ ਹਉਮੈ ਮਮਤਾ ਮੋਹਣੀ ਸਭ ਮੁਠੀ ਅਹੰਕਾਰਿ ॥ ੧ ॥ ਰਹਾਉ ॥ ਜਿਨੀ ਨਾਮੁ ਵਿਸਾਰਿਆ ਦੂਜੀ ਕਾਰੈ ਲਗਿ ॥ ਦੁਬਿਧਾ ਲਾਗੇ ਪਚਿ ਮੁਏ ਅੰਤਰਿ ਤ੍ਰਿਸਨਾ ਅਗਿ ॥ ਗੁਰਿ ਰਾਖੇ ਸੇ ਉਬਰੇ ਹੋਰਿ ਮੁਠੀ ਧੰਧੈ ਠਗਿ ॥ ੨ ॥ ਮੁਈ ਪਰੀਤਿ ਪਿਆਰੁ ਗਇਆ ਮੁਆ ਵੈਰੁ ਵਿਰੋਧੁ ॥ ਧੰਧਾ ਥਕਾ ਹਉ ਮੁਈ ਮਮਤਾ ਮਾਇਆ ਕ੍ਰੋਧੁ ॥ ਕਰਮਿ ਮਿਲੈ ਸਚੁ ਪਾਈਐ ਗੁਰਮੁਖਿ ਸਦਾ ਨਿਰੋਧੁ ॥ ੩ ॥ ਸਚੀ ਕਾਰੈ ਸਚੁ ਮਿਲੈ ਗੁਰਮਤਿ ਪਲੈ ਪਾਇ ॥ ਸੋ ਨਰੁ ਜੰਮੈ ਨਾ ਮਰੈ ਨਾ ਆਵੈ ਨਾ ਜਾਇ ॥ ਨਾਨਕ ਦਰਿ ਪਰਧਾਨੁ ਸੋ ਦਰਗਹਿ ਪੈਧਾ ਜਾਇ ॥ ੪ ॥ ੧੪ ॥

When the last hour arrives, when death takes over, the body is emptied of all life. The corpse is frightening. There is wailing and crying. There is suffering and misery. It is too late to remember God. Pride and pretensions are all lost in the void.
Those who forget their Creator, who are drenched in evil deeds are alienated. **ਦੁਬਿਧਾ** takes over. They are consumed with doubts and mental conflicts. Only the Guru can save the erring human beings. In this dark hour, every thing is lost. There is no occasion of love, no space of attachment. All

dualities and divisions are forgotten. Only the Gurmukh, the one who follows the path of the Guru, stays steady and serene. He discerns the mystery of the divine Truth.
In the path of the divine Truth there is wisdom and knowledge. There is no life, no death. There is eternal serenity. There is honour in the audience of the Creator.

ਸਿਰੀਰਾਗੁ ਮਹਲ ੧ ॥ ਤਨੁ ਜਲਿ ਬਲਿ ਮਾਟੀ ਭਇਆ ਮਨੁ ਮਾਇਆ ਮੋਹਿ ਮਨੂਰੁ ॥ ਅਉਗਣ ਫਿਰਿ ਲਾਗੂ ਭਏ ਕੂਰਿ ਵਜਾਵੈ ਤੂਰੁ ॥ ਬਿਨੁ ਸਬਦੈ ਭਰਮਾਈਐ ਦੁਬਿਧਾ ਡੋਬੇ ਪੂਰੁ ॥ ੧ ॥ ਮਨ ਰੇ ਸਬਦਿ ਤਰਹੁ ਚਿਤੁ ਲਾਇ ॥ ਜਿਨਿ ਗੁਰਮੁਖਿ ਨਾਮੁ ਨ ਬੂਝਿਆ ਮਰਿ ਜਨਮੈ ਆਵੈ ਜਾਇ ॥ ੧ ॥ ਰਹਾਉ ॥ ਤਨੁ ਸੂਚਾ ਸੋ ਆਖੀਐ ਜਿਸੁ ਮਹਿ ਸਾਚਾ ਨਾਉ ॥ ਭੈ ਸਚਿ ਰਾਤੀ ਦੇਹੁਰੀ ਜਿਹਵਾ ਸਚੁ ਸੁਆਉ ॥ ਸਚੀ ਨਦਰਿ ਨਿਹਾਲੀਐ ਬਹੁੜਿ ਨ ਪਾਵੈ ਤਾਉ ॥ ੨ ॥ ਸਾਚੇ ਤੇ ਪਵਨਾ ਭਇਆ ਪਵਨੈ ਤੇ ਜਲੁ ਹੋਇ ॥ ਜਲ ਤੇ ਤ੍ਰਿਭਵਣੁ ਸਾਜਿਆ ਘਟਿ ਘਟਿ ਜੋਤਿ ਸਮੋਇ ॥ ਨਿਰਮਲੁ ਮੈਲਾ ਨਾ ਥੀਐ ਸਬਦਿ ਰਤੇ ਪਤਿ ਹੋਇ ॥ ੩ ॥ ਇਹੁ ਮਨੁ ਸਾਚਿ ਸੰਤੋਖਿਆ ਨਦਰਿ ਕਰੇ ਤਿਸੁ ਮਾਹਿ ॥ ਪੰਚ ਭੂਤ ਸਚਿ ਭੈ ਰਤੇ ਜੋਤਿ ਸਚੀ ਮਨ ਮਾਹਿ ॥ ਨਾਨਕ ਅਉਗਣ ਵੀਸਰੇ ਗੁਰਿ ਰਾਖੇ ਪਤਿ ਤਾਹਿ ॥ ੪ ॥ ੧੫ ॥

ਸਿਰੀਰਾਗੁ ਮਹਲਾ ੧ ॥ ਨਾਨਕ ਬੇੜੀ ਸਚ ਕੀ ਤਰੀਐ ਗੁਰ ਵੀਚਾਰਿ ॥ ਇਕਿ ਆਵਹਿ ਇਕਿ ਜਾਵਹੀ ਪੂਰਿ ਭਰੇ ਅਹੰਕਾਰਿ ॥ ਮਨਹਠਿ ਮਤੀ ਬੂਡੀਐ ਗੁਰਮੁਖਿ ਸਚੁ ਸੁ ਤਾਰਿ ॥ ੧ ॥ ਗੁਰ ਬਿਨੁ ਕਿਉ ਤਰੀਐ ਸੁਖੁ ਹੋਇ ॥ ਜਿਉ ਭਾਵੈ ਤਿਉ ਰਾਖੁ ਤੂ ਮੈ ਅਵਰੁ ਨ ਦੂਜਾ ਕੋਇ ॥ ੧ ॥ ਰਹਾਉ ॥ ਆਗੈ ਦੇਖਉ ਡਉ ਜਲੈ ਪਾਛੈ ਹਰਿਓ ਅੰਗੂਰੁ ॥ ਜਿਸ ਤੇ ਉਪਜੈ ਤਿਸ ਤੇ ਬਿਨਸੈ ਘਟਿ ਘਟਿ ਸਚੁ ਭਰਪੂਰਿ ॥ ਆਪੇ ਮੇਲਿ ਮਿਲਾਵਹੀ ਸਾਚੈ ਮਹਲਿ ਹਦੂਰਿ ॥ ੨ ॥ ਸਾਹਿ ਸਾਹਿ ਤੁਝੁ ਸੰਮਲਾ ਕਦੇ ਨ ਵਿਸਾਰੇਉ ॥ ਜਿਉ ਜਿਉ ਸਾਹਬੁ ਮਨਿ ਵਸੈ ਗੁਰਮੁਖਿ ਅੰਮ੍ਰਿਤੁ ਪੇਉ ॥ ਮਨੁ ਤਨੁ ਤੇਰਾ ਤੂ ਧਣੀ ਗਰਬੁ ਨਿਵਾਰਿ ਸਮੇਉ ॥ ੩ ॥ ਜਿਨਿ ਏਹੁ ਜਗਤੁ ਉਪਾਇਆ ਤ੍ਰਿਭਵਣੁ ਕਰਿ ਆਕਾਰੁ ॥ ਗੁਰਮੁਖਿ ਚਾਨਣੁ ਜਾਣੀਐ ਮਨਮੁਖਿ ਮੁਗਧੁ ਗੁਬਾਰੁ ॥ ਘਟਿ ਘਟਿ ਜੋਤਿ ਨਿਰੰਤਰੀ ਬੂਝੈ ਗੁਰਮਤਿ ਸਾਰੁ ॥ ੪ ॥ ਗੁਰਮੁਖਿ ਜਿਨੀ ਜਾਣਿਆ ਤਿਨ ਕੀਚੈ ਸਾਬਾਸਿ ॥ ਸਚੇ ਸੇਤੀ ਰਲਿ ਮਿਲੇ ਸਚੇ ਗੁਣ ਪਰਗਾਸਿ ॥ ਨਾਨਕ ਨਾਮਿ ਸੰਤੋਖੀਆ ਜੀਉ ਪਿੰਡੁ ਪ੍ਰਭ ਪਾਸਿ ॥ ੫ ॥ ੧੬ ॥

The discourse of **ਸਚੁ** continues.
On the boat of Truth, with meditation and reflection on Truth, one crosses the river of life. There are some who leave, and others, who arrive. The Gurmukh, who follows the path of the Guru, follows the path of divine Truth. Bereft of the blessings of the Guru one cannot cross this dangerous river. It all

depends upon the Will of the Creator. As He wills, so it is done.

On this path of truth/falsehood, there are periods of peace, there are periods of anxiety. There are moments of alienation, there are also hopes of salvation. The devotee never forgets his Creator. As the mind is in tune with the divine rhythm, there is peace and serenity. The Gurmukh drinks the nectar of Truth. Mind and body, heart and hearth, all belong to the Creator. The cosmic Order ordains the path of the Sublime Truth. The Gurmukh is blessed with the divine light, the Manmukh is lost in the darkness of ignorance. The Gurmukh is integrated in the Cosmic Order. The Manmukh is alienated and suffers misery and misfortune. The Gurmukh discerns the mystery of the universe. He follows the path of virtue. The Manmukh is blind to all truth. He is drenched in vice and falsehood. Those who are saturated in Truth, they are blessed, they are graced. They are steady and serene. They follow the path of virtue and purity. They live in divine light and piety.

ਸਿਰੀਰਾਗੁ ਮਹਲਾ ੧ ॥ ਸੁਣਿ ਮਨ ਮਿਤ੍ਰ ਪਿਆਰਿਆ ਮਿਲੁ ਵੇਲਾ ਹੈ ਇਹ ॥ ਜਬ ਲਗੁ ਜੋਬਨਿ ਸਾਸੁ ਹੈ ਤਬ ਲਗੁ ਇਹੁ ਤਨੁ ਦੇਹ ॥ ਬਿਨੁ ਗੁਣ ਕਾਮਿ ਨ ਆਵਈ ਢਹਿ ਢੇਰੀ ਤਨੁ ਖੇਹ ॥ ੧ ॥ ਮੇਰੇ ਮਨ ਲੈ ਲਾਹਾ ਘਰਿ ਜਾਹਿ ॥ ਗੁਰਮੁਖਿ ਨਾਮੁ ਸਲਾਹੀਐ ਹਉਮੈ ਨਿਵਰੀ ਭਾਹਿ ॥ ੧ ॥ ਰਹਾਉ ॥ ਸੁਣਿ ਸੁਣਿ ਗੰਢਣੁ ਗੰਢੀਐ ਲਿਖਿ ਪੜਿ ਬੁਝਹਿ ਭਾਰੁ ॥ ਤ੍ਰਿਸਨਾ ਅਹਿਨਿਸਿ ਅਗਲੀ ਹਉਮੈ ਰੋਗੁ ਵਿਕਾਰੁ ॥ ਓਹੁ ਵੇਪਰਵਾਹੁ ਅਤੋਲਵਾ ਗੁਰਮਤਿ ਕੀਮਤਿ ਸਾਰੁ ॥ ੨ ॥ ਲਖ ਸਿਆਣਪ ਜੇ ਕਰੀ ਲਖ ਸਿਉ ਪ੍ਰੀਤਿ ਮਿਲਾਪੁ ॥ ਬਿਨੁ ਸੰਗਤਿ ਸਾਧ ਨ ਧ੍ਰਾਪੀਆ ਬਿਨੁ ਨਾਵੈ ਦੂਖ ਸੰਤਾਪੁ ॥ ਹਰਿ ਜਪਿ ਜੀਅਰੇ ਛੁਟੀਐ ਗੁਰਮੁਖਿ ਚੀਨੈ ਆਪੁ ॥ ੩ ॥ ਤਨੁ ਮਨੁ ਗੁਰ ਪਹਿ ਵੇਚਿਆ ਮਨੁ ਦੀਆ ਸਿਰੁ ਨਾਲਿ ॥ ਤ੍ਰਿਭਵਣੁ ਖੋਜਿ ਢੰਢੋਲਿਆ ਗੁਰਮੁਖਿ ਖੋਜਿ ਨਿਹਾਲਿ ॥ ਸਤਗੁਰਿ ਮੇਲਿ ਮਿਲਾਇਆ ਨਾਨਕ ਸੋ ਪ੍ਰਭੁ ਨਾਲਿ ॥ ੪ ॥ ੧੭ ॥

The Gurmukh follows the path of virtue and truth. He reflects upon the nature of the cosmos. This human life is a rare occasion to meditate and contemplate, to reflect and discern. Bereft of virtue and good deeds, all is lost. There is ignorance and darkness of misery. The Gurmukh follows the right path. He is always in tune with the divine rhythm. He listens to the right discourses and articulates the right words. He sheds pride and lust. He follows the wonders of the wonderful nature of the Creator. The worldly wisdom is of no use. Only the divine knowledge leads to the right path. In the company of the sages and the saints, one acquires the right knowledge. One follows the right conduct. The Gurmukh never leaves the path of righteousness. He is not lured by worldly luxuries. His body and soul are at the door of the Guru. He surrenders all his being to the discourse of the Guru. He resonates in divine rhythm and reason.

ਸਿਰੀਰਾਗੁ ਮਹਲਾ ੧ ॥ ਮਰਣੈ ਕੀ ਚਿੰਤਾ ਨਹੀ ਜੀਵਣ ਕੀ ਨਹੀ ਆਸ ॥ ਤੂ ਸਰਬ ਜੀਆ ਪ੍ਰਤਿਪਾਲਹੀ ਲੇਖੈ ਸਾਸ ਗਿਰਾਸ ॥ ਅੰਤਰਿ ਗੁਰਮੁਖਿ ਤੂ ਵਸਹਿ ਜਿਉ ਭਾਵੈ ਤਿਉ ਨਿਰਜਾਸਿ ॥ ੧ ॥ ਜੀਅਰੇ ਰਾਮ ਜਪਤ ਮਨੁ ਮਾਨੁ ॥ ਅੰਤਰਿ ਲਾਗੀ ਜਲਿ ਬੁਝੀ ਪਾਇਆ ਗੁਰਮੁਖਿ ਗਿਆਨੁ ॥ ੧ ॥ ਰਹਾਉ ॥ ਅੰਤਰ ਕੀ ਗਤਿ ਜਾਣੀਐ ਗੁਰ ਮਿਲੀਐ ਸੰਕ ਉਤਾਰਿ ॥ ਮੁਇਆ ਜਿਤੁ ਘਰਿ ਜਾਈਐ ਤਿਤੁ ਜੀਵਦਿਆ ਮਰੁ ਮਾਰਿ ॥ ਅਨਹਦ ਸਬਦਿ ਸੁਹਾਵਣੇ ਪਾਈਐ ਗੁਰ ਵੀਚਾਰਿ ॥ ੨ ॥ ਅਨਹਦ ਬਾਣੀ ਪਾਈਐ ਤਹ ਹਉਮੈ ਹੋਇ ਬਿਨਾਸੁ ॥ ਸਤਗੁਰੁ ਸੇਵੇ ਆਪਣਾ ਹਉ ਸਦ ਕੁਰਬਾਣੈ ਤਾਸੁ ॥ ਖੜਿ ਦਰਗਹ ਪੈਨਾਈਐ ਮੁਖਿ ਹਰਿ ਨਾਮ ਨਿਵਾਸੁ ॥ ੩ ॥ ਜਹ ਦੇਖਾ ਤਹ ਰਵਿ ਰਹੇ ਸਿਵ ਸਕਤੀ ਕਾ ਮੇਲੁ ॥ ਤ੍ਰਿਹੁ ਗੁਣ ਬੰਧੀ ਦੇਹੁਰੀ ਜੋ ਆਇਆ ਜਗਿ ਸੋ ਖੇਲੁ ॥ ਵਿਜੋਗੀ ਦੁਖਿ ਵਿਛੁੜੇ ਮਨਮੁਖਿ ਲਹਹਿ ਨ ਮੇਲੁ ॥ ੪ ॥ ਮਨੁ ਬੈਰਾਗੀ ਘਰਿ ਵਸੈ ਸਚ ਭੈ ਰਾਤਾ ਹੋਇ ॥ ਗਿਆਨ ਮਹਾਰਸੁ ਭੋਗਵੈ ਬਾਹੁੜਿ ਭੂਖ ਨ ਹੋਇ ॥ ਨਾਨਕ ਇਹੁ ਮਨੁ ਮਾਰਿ ਮਿਲੁ ਭੀ ਫਿਰਿ ਦੁਖੁ ਨ ਹੋਇ ॥ ੫ ॥ ੧੮ ॥

In this shabad, there is a conceptual opposition of life and death, **ਜੀਵਣ/ਮਰਣ,** followed by those of **ਗੁਰਮੁਖਿ/ ਮਨਮੁਖਿ,** Gurmukh/Manmukh, **ਵਿਜੋਗੀ ਦੁਖਿ ਵਿਛੁੜੇ**, sanyog/viyog, dukh /sukh.

ਮਰਣੈ ਕੀ ਚਿੰਤਾ ਨਹੀ ਜੀਵਣ ਕੀ ਨਹੀ ਆਸ ॥

The devotee is not afraid of death, he is not enamoured of life either. The conceptual opposition of life/death is dissolved. His meditation and reflection upon the nature of the cosmos has led him to go beyond time and space. He is immersed in the cosmic rhythm of the Creator. As a Gurmukh, he follows the Will of God. He reflects upon the mystery of the universe. In a way, somehow, the anthropological world and the cosmological world merge with each other. The inner fire is subdued and the Gurmukh has acquired the discourse of divine knowledge. The Guru has eradicated all mental conflicts and confusions. The distinction between the living and the dead is obliterated. The divine rhythm of the sublime Word has put every body in perfect consonance. There is no pride, no pretence. In the service of the Guru, the devotee is at peace with himself. He is immersed in his meditation. There is but one unique Creator. All divine forces are in perfect concordance. Those who are separated from their Love suffer for ever. Those who meditate on divine Truth follow the path of divine knowledge. They suffer no more.

ਸਿਰੀਰਾਗੁ ਮਹਲਾ ੧ ॥ ਏਹੁ ਮਨੋ ਮੂਰਖੁ ਲੋਭੀਆ ਲੋਭੇ ਲਗਾ ਲੋੁਭਾਨੁ ॥ ਸਬਦਿ ਨ ਭੀਜੈ ਸਾਕਤਾ ਦੁਰਮਤਿ ਆਵਨੁ ਜਾਨੁ ॥ ਸਾਧੂ ਸਤਗੁਰੁ ਜੇ ਮਿਲੈ ਤਾ ਪਾਈਐ ਗੁਣੀ ਨਿਧਾਨੁ ॥ ੧ ॥ ਮਨ ਰੇ ਹਉਮੈ ਛੋਡਿ ਗੁਮਾਨੁ ॥ ਹਰਿ ਗੁਰੁ ਸਰਵਰੁ ਸੇਵਿ ਤੂ ਪਾਵਹਿ ਦਰਗਹ ਮਾਨੁ ॥ ੧ ॥ ਰਹਾਉ ॥ ਰਾਮ ਨਾਮੁ ਜਪਿ ਦਿਨਸੁ ਰਾਤਿ ਗੁਰਮੁਖਿ ਹਰਿ ਧਨੁ ਜਾਨੁ ॥ ਸਭਿ ਸੁਖ ਹਰਿ ਰਸ ਭੋਗਣੇ ਸੰਤ ਸਭਾ ਮਿਲਿ ਗਿਆਨੁ ॥ ਨਿਤਿ ਅਹਿਨਿਸਿ ਹਰਿ ਪ੍ਰਭੁ ਸੇਵਿਆ ਸਤਗੁਰਿ ਦੀਆ ਨਾਮੁ ॥ ੨ ॥ ਕੂਕਰ ਕੂੜੁ ਕਮਾਈਐ ਗੁਰ ਨਿੰਦਾ ਪਚੈ ਪਚਾਨੁ ॥ ਭਰਮੇ ਭੂਲਾ ਦੁਖੁ ਘਣੋ ਜਮੁ ਮਾਰਿ ਕਰੈ ਖੁਲਹਾਨੁ ॥ ਮਨਮੁਖਿ ਸੁਖੁ ਨ ਪਾਈਐ ਗੁਰਮੁਖਿ ਸੁਖੁ ਸੁਭਾਨੁ ॥ ੩ ॥ ਐਥੈ ਧੰਧੁ ਪਿਟਾਈਐ ਸਚੁ ਲਿਖਤੁ ਪਰਵਾਨੁ ॥ ਹਰਿ ਸਜਣੁ ਗੁਰੁ ਸੇਵਦਾ ਗੁਰ ਕਰਣੀ ਪਰਧਾਨੁ ॥ ਨਾਨਕ ਨਾਮੁ ਨ ਵੀਸਰੈ ਕਰਮਿ ਸਚੈ ਨੀਸਾਣੁ ॥ ੪ ॥ ੧੯ ॥

This foolish mind hankers after worldly things. He has no time for meditation and reflection. He follows the wrong path, the path of the ignorant and the forlorn. There is no peace. The human existence is riddled with illusions of maya. In the company of the sages, one discerns the right from the wrong, the true from the false. But the estranged mind, alienated from the divine cosmos, is lost in wilderness, the wilderness of pride and prejudice. There is no peace in this path. The seeker after truth follows the cosmic rhythm, the cosmic balance, the cosmic music. He is in tune with the truth of the true Lord. He is integrated in the cosmic scheme of things. The alienated being suffers for ever.

ਭਰਮੇ ਭੂਲਾ ਦੁਖੁ ਘਣੋ ਜਮੁ ਮਾਰਿ ਕਰੈ ਖੁਲਹਾਨੁ ॥ ਮਨਮੁਖਿ ਸੁਖੁ ਨ ਪਾਈਐ ਗੁਰਮੁਖਿ ਸੁਖੁ ਸੁਭਾਨੁ ॥

In conflicts and dualities, the Manmukh is lost in wilderness. There is death and decadence. There is perpetual distress. The Gurmukh enjoys peace and bliss. He follows the path of virtue and cosmic knowledge.

ਸਿਰੀਰਾਗੁ ਮਹਲਾ ੧ ॥ ਇਕੁ ਤਿਲੁ ਪਿਆਰਾ ਵੀਸਰੈ ਰੋਗੁ ਵਡਾ ਮਨ ਮਾਹਿ ॥ ਕਿਉ ਦਰਗਹ ਪਤਿ ਪਾਈਐ ਜਾ ਹਰਿ ਨ ਵਸੈ ਮਨ ਮਾਹਿ ॥ ਗੁਰਿ ਮਿਲਿਐ ਸੁਖੁ ਪਾਈਐ ਅਗਨਿ ਮਰੈ ਗੁਣ ਮਾਹਿ ॥ ੧ ॥ ਮਨ ਰੇ ਅਹਿਨਿਸਿ ਹਰਿ ਗੁਣ ਸਾਰਿ ॥ ਜਿਨ ਖਿਨੁ ਪਲੁ ਨਾਮੁ ਨ ਵੀਸਰੈ ਤੇ ਜਨ ਵਿਰਲੇ ਸੰਸਾਰਿ ॥ ੧ ॥ ਰਹਾਉ ॥ ਜੋਤੀ ਜੋਤਿ ਮਿਲਾਈਐ ਸੁਰਤੀ ਸੁਰਤਿ ਸੰਜੋਗੁ ॥ ਹਿੰਸਾ ਹਉਮੈ ਗਤੁ ਗਏ ਨਾਹੀ ਸਹਸਾ ਸੋਗੁ ॥ ਗੁਰਮੁਖਿ ਜਿਸੁ ਹਰਿ ਮਨਿ ਵਸੈ ਤਿਸੁ ਮੇਲੇ ਗੁਰੁ ਸੰਜੋਗੁ ॥ ੨ ॥ ਕਾਇਆ ਕਾਮਣਿ ਜੇ ਕਰੀ ਭੋਗੇ ਭੋਗਣਹਾਰੁ ॥ ਤਿਸੁ ਸਿਉ ਨੇਹੁ ਨ ਕੀਜਈ ਜੋ ਦੀਸੈ ਚਲਣਹਾਰੁ ॥ ਗੁਰਮੁਖਿ ਰਵਹਿ ਸੋਹਾਗਣੀ ਸੋ ਪ੍ਰਭੁ ਸੇਜ ਭਤਾਰੁ ॥ ੩ ॥ ਚਾਰੇ ਅਗਨਿ ਨਿਵਾਰਿ ਮਰੁ ਗੁਰਮੁਖਿ ਹਰਿ ਜਲੁ ਪਾਇ ॥ ਅੰਤਰਿ ਕਮਲੁ ਪ੍ਰਗਾਸਿਆ ਅੰਮ੍ਰਿਤੁ ਭਰਿਆ ਅਘਾਇ ॥ ਨਾਨਕ ਸਤਗੁਰੁ ਮੀਤੁ ਕਰਿ ਸਚੁ ਪਾਵਹਿ ਦਰਗਹ ਜਾਇ ॥ ੪ ॥ ੨੦ ॥

Augustine had stated : the hearts are restless until they rest in Thee. (Confessions). For Guru Nanak, a moment's separation leads to misery and distress, to disease and decadence.

How can there be honour in His audience if the Creator does not dwell in the mind. With the union with the Guru, there is peace and piety, the fire of passion is extinguished.

One should always meditate on the nature of the Creator. Those who never forget their Creator, they are rare in this world. They are distinguished every where.

Union and separation are matters of meditation and reflection. When there is no violence, no passionate desire, no pride and pretence, there is union. The Gurmukh follows the path of righteousness, the Creator dwells in his mind, there is divine union.

Passions and desires for the worldly affairs lead no where. There is no point in attachment with the one who is mortal. The Gurmukh is the Sohaganī who is in love with her Lord. When all fires and passions are subdued, there is union. There is the blossoming of the lotus of love. There is the blessing of the nectar of life. There is the union with the Guru. There is the realisation of divine Truth.

ਸਿਰੀਰਾਗੁ ਮਹਲਾ ੧ ॥ ਹਰਿ ਹਰਿ ਜਪਹੁ ਪਿਆਰਿਆ ਗੁਰਮਤਿ ਲੇ ਹਰਿ ਬੋਲਿ ॥ ਮਨੁ ਸਚ ਕਸਵਟੀ ਲਾਈਐ ਤੁਲੀਐ ਪੂਰੈ ਤੋਲਿ ॥ ਕੀਮਤਿ ਕਿਨੈ ਨ ਪਾਈਐ ਰਿਦ ਮਾਣਕ ਮੋਲਿ ਅਮੋਲਿ ॥ ੧ ॥ ਭਾਈ ਰੇ ਹਰਿ ਹੀਰਾ ਗੁਰ ਮਾਹਿ ॥ ਸਤਸੰਗਤਿ ਸਤਗੁਰੁ ਪਾਈਐ ਅਹਿਨਿਸਿ ਸਬਦਿ ਸਲਾਹਿ ॥ ੧ ॥ ਰਹਾਉ ॥ ਸਚੁ ਵਖਰੁ ਧਨੁ ਰਾਸਿ ਲੈ ਪਾਈਐ ਗੁਰ ਪਰਗਾਸਿ ॥ ਜਿਉ ਅਗਨਿ ਮਰੈ ਜਲਿ ਪਾਇਐ ਤਿਉ ਤ੍ਰਿਸਨਾ ਦਾਸਨਿ ਦਾਸਿ ॥ ਜਮ ਜੰਦਾਰੁ ਨ ਲਗਈ ਇਉ ਭਉਜਲੁ ਤਰੈ ਤਰਾਸਿ ॥ ੨ ॥ ਗੁਰਮੁਖਿ ਕੂੜੁ ਨ ਭਾਵਈ ਸਚਿ ਰਤੇ ਸਚ ਭਾਇ ॥ ਸਾਕਤ ਸਚੁ ਨ ਭਾਵਈ ਕੂੜੈ ਕੂੜੀ ਪਾਂਇ ॥ ਸਚਿ ਰਤੇ ਗੁਰਿ ਮੇਲਿਐ ਸਚੇ ਸਚਿ ਸਮਾਇ ॥ ੩ ॥ ਮਨ ਮਹਿ ਮਾਣਕੁ ਲਾਲੁ ਨਾਮੁ ਰਤਨੁ ਪਦਾਰਥੁ ਹੀਰੁ ॥ ਸਚੁ ਵਖਰੁ ਧਨੁ ਨਾਮੁ ਹੈ ਘਟਿ ਘਟਿ ਗਹਿਰ ਗੰਭੀਰੁ ॥ ਨਾਨਕ ਗੁਰਮੁਖਿ ਪਾਈਐ ਦਇਆ ਕਰੇ ਹਰਿ ਹੀਰੁ ॥ ੪ ॥ ੨੧ ॥

One should meditate and reflect upon the Truth of the True Lord. Truth is the measure of all things. Those who realise the importance of meditation are in union with the Creator.

There are diamonds and pearls in the discourse of the Guru. In the company of the sages, one reflects upon the divine Word. The acquisition of Truth is the greatest treasure. It eradicates all dirt of vice and greed. It eradicates all thirst of worldly luxuries. With Truth there is no fear of the demon of death. The devotee crosses the river of sufferance with meditation and reflection.

The Gurmukh follows the path of **ਸਚ,** the Sublime Truth. On the other hand, the **ਸਾਕਤ**, sākat, is drenched in corrupt and rotten deeds. He abhors Truth. Instead of the general Gurmukh/Manmukh conceptual opposition, in this shabad, we have Gurmukh/Sākat which refers roughly to the same concept. In Truth there is the union with the Guru. Realisation of Truth is the greatest treasure. The Gurmukh is graced with the blessings of the Guru.

ਸਿਰੀਰਾਗੁ ਮਹਲਾ ੧ ॥ ਭਰਮੇ ਭਾਹਿ ਨ ਵਿਝਵੈ ਜੇ ਭਵੈ ਦਿਸੰਤਰ ਦੇਸੁ ॥ ਅੰਤਰਿ ਮੈਲੁ ਨ ਉਤਰੈ ਧ੍ਰਿਗੁ ਜੀਵਣੁ ਧ੍ਰਿਗੁ ਵੇਸੁ ॥ ਹੋਰੁ ਕਿਤੈ ਭਗਤਿ ਨ ਹੋਵਈ ਬਿਨੁ ਸਤਿਗੁਰ ਕੇ ਉਪਦੇਸ ॥ ੧ ॥ ਮਨ ਰੇ ਗੁਰਮੁਖਿ ਅਗਨਿ ਨਿਵਾਰਿ ॥ ਗੁਰ ਕਾ ਕਹਿਆ ਮਨਿ ਵਸੈ ਹਉਮੈ ਤ੍ਰਿਸਨਾ ਮਾਰਿ ॥ ੧ ॥ ਰਹਾਉ ॥ ਮਨੁ ਮਾਣਕੁ ਨਿਰਮੋਲੁ ਹੈ ਰਾਮ ਨਾਮਿ ਪਤਿ ਪਾਇ ॥ ਮਿਲਿ ਸਤਸੰਗਤਿ ਹਰਿ ਪਾਈਐ ਗੁਰਮੁਖਿ ਹਰਿ ਲਿਵ ਲਾਇ ॥ ਆਪੁ ਗਇਆ ਸੁਖੁ ਪਾਇਆ ਮਿਲਿ ਸਲਲੈ ਸਲਲ ਸਮਾਇ ॥ ੨ ॥ ਜਿਨਿ ਹਰਿ ਹਰਿ ਨਾਮੁ ਨ ਚੇਤਿਓ ਸੁ ਅਉਗੁਣਿ ਆਵੈ ਜਾਇ ॥ ਜਿਸੁ ਸਤਗੁਰੁ ਪੁਰਖੁ ਨ ਭੇਟਿਓ ਸੁ ਭਉਜਲਿ ਪਚੈ ਪਚਾਇ ॥ ਇਹੁ ਮਾਣਕੁ ਜੀਉ ਨਿਰਮੋਲੁ ਹੈ ਇਉ ਕਉਡੀ ਬਦਲੈ ਜਾਇ ॥ ੩ ॥ ਜਿੰਨਾ ਸਤਗੁਰੁ ਰਸਿ ਮਿਲੈ ਸੇ ਪੂਰੇ ਪੁਰਖ ਸੁਜਾਣ ॥ ਗੁਰ ਮਿਲਿ ਭਉਜਲੁ ਲੰਘੀਐ ਦਰਗਹ ਪਤਿ ਪਰਵਾਣੁ ॥ ਨਾਨਕ ਤੇ ਮੁਖ ਉਜਲੇ ਧੁਨਿ ਉਪਜੈ ਸਬਦੁ ਨੀਸਾਣੁ ॥ ੪ ॥ ੨੨ ॥

This shabad articulates the mental conflicts of human beings who wander in the jungles to find spiritual solace. The inner dirt cannot be washed away by austerities and false pretensions. Only the discourse of the Guru sets the devotee on the right path. The Gurmukh knows how to subdue the fires of passion. He follows the discourse of the Guru that extinguishes his thirst and hunger. In meditation and reflection, there is peace and piety. There are all the pearls and diamonds. In the company of the sages, the Gurmukh acquires the right light and the right discourse. He sheds his pride and pretence and finds peace in meditation. Those who never meditate or reflect, they are doomed for ever. Those who do not follow their Guru, they can never cross the river of suffering. Their life is lost for a farthing. They live a miserable life. Those who are in tune with the rhythm of the cosmos, with the divine discourse of the Guru, they are wise and sage. With the blessing of the Guru, the devotee crosses the river of misery and misfortune. Those who follow the divine Word, they are in tune with the rhythm of the cosmos.

ਸਿਰੀਰਾਗੁ ਮਹਲਾ ੧ ॥ ਵਣਜੁ ਕਰਹੁ ਵਣਜਾਰਿਹੋ ਵਖਰੁ ਲੇਹੁ ਸਮਾਲਿ ॥ ਤੈਸੀ ਵਸਤੁ ਵਿਸਾਹੀਐ ਜੈਸੀ ਨਿਬਹੈ ਨਾਲਿ ॥ ਅਗੈ ਸਾਹੁ ਸੁਜਾਣੁ ਹੈ ਲੈਸੀ ਵਸਤੁ ਸਮਾਲਿ ॥ ੧ ॥ ਭਾਈ ਰੇ ਰਾਮੁ ਕਹਹੁ ਚਿਤੁ ਲਾਇ ਹਰਿ ਜਸੁ ਵਖਰੁ ਲੈ ਚਲਹੁ ਸਹੁ ਦੇਖੈ ਪਤੀਆਇ ॥ ੧ ॥ ਰਹਾਉ ॥ ਜਿਨਾ ਰਾਸਿ ਨ ਸਚੁ ਹੈ ਕਿਉ ਤਿਨਾ ਸੁਖੁ ਹੋਇ ॥ ਖੋਟੇ ਵਣਜਿ ਵਣੰਜਿਐ ਮਨੁ ਤਨੁ ਖੋਟਾ ਹੋਇ ॥ ਫਾਹੀ ਫਾਥੇ ਮਿਰਗ ਜਿਉ ਦੂਖੁ ਘਣੋ ਨਿਤ ਰੋਇ ॥ ੨ ॥ ਖੋਟੇ ਪੋਤੈ ਨਾ ਪਵਹਿ ਤਿਨ ਹਰਿ ਗੁਰ ਦਰਸੁ ਨ ਹੋਇ ॥ ਖੋਟੇ ਜਾਤਿ ਨ ਪਤਿ ਹੈ ਖੋਟਿ ਨ ਸੀਝਸਿ ਕੋਇ ॥ ਖੋਟੇ ਖੋਟੁ ਕਮਾਵਣਾ ਆਇ ਗਇਆ ਪਤਿ ਖੋਇ ॥ ੩ ॥ ਨਾਨਕ ਮਨੁ ਸਮਝਾਈਐ ਗੁਰ ਕੈ ਸਬਦਿ ਸਾਲਾਹ ॥ ਰਾਮ ਨਾਮ ਰੰਗਿ ਰਤਿਆ ਭਾਰੁ ਨ ਭਰਮੁ ਤਿਨਾਹ ॥ ਹਰਿ ਜਪਿ ਲਾਹਾ ਅਗਲਾ ਨਿਰਭਉ ਹਰਿ ਮਨ ਮਾਹ ॥ ੪ ॥ ੨੩ ॥

Here is another shabad devoted to Truth. In this situation the metaphor of **ਵਣਜੁ** business, trade, is used to articulate the conceptual opposition of truth and falsehood, **ਸਚੁ/ ਖੋਟ**.

Those who deal in Truth are blessed. Those who are able to discern the divine Word, they deal in the trade that lasts for ever. There is no deception, no false pretension.

We have here the conceptual opposition of **ਸਚੁ/ ਖੋਟ,** true/false.

In the discourse of Truth, there is honour and peace. The body and soul of the devotee are steady and serene. Those who do not deal in Truth, they are always lost, always in distress. In false dealings, the body and soul are also replete with falsehood and deception. Like an animal caught in a net, there is misery and distress. In falsehood and deception, there is no honour, no peace. One who follows the discourse of the Guru is rid of all mental conflicts and confusions. He meditates and reflects upon the sublime Truth of the Creator. His fears and confusions are gone. He is at peace with himself.

ਸਿਰੀਰਾਗੁ ਮਹਲਾ ੧ ਘਰੁ ੨ ॥ ਧਨੁ ਜੋਬਨੁ ਅਰੁ ਫੁਲੜਾ ਨਾਠੀਅੜੇ ਦਿਨ ਚਾਰਿ ॥ ਪਬਣਿ ਕੇਰੇ ਪਤ ਜਿਉ ਢਲਿ ਢੁਲਿ ਜੁੰਮਣਹਾਰ ॥ ੧ ॥ ਰੰਗੁ ਮਾਣਿ ਲੈ ਪਿਆਰਿਆ ਜਾ ਜੋਬਨੁ ਨਉ ਹੁਲਾ ॥ ਦਿਨ ਥੋੜੜੇ ਥਕੇ ਭਇਆ ਪੁਰਾਣਾ ਚੋਲਾ ॥ ੧ ॥ ਰਹਾਉ ॥ ਸਜਣ ਮੇਰੇ ਰੰਗੁਲੇ ਜਾਇ ਸੁਤੇ ਜੀਰਾਣਿ ॥ ਹੰ ਭੀ ਵੰਞਾ ਡੁਮਣੀ ਰੋਵਾ ਝੀਣੀ ਬਾਣਿ ॥ ੨ ॥ ਕੀ ਨ ਸੁਣੇਹੀ ਗੋਰੀਏ ਆਪਣ ਕੰਨੀ ਸੋਇ ॥ ਲਗੀ ਆਵਹਿ ਸਾਹੁਰੈ ਨਿਤ ਨ ਪੇਈਆ ਹੋਇ ॥ ੩ ॥ ਨਾਨਕ ਸੁਤੀ ਪੇਈਐ ਜਾਣੁ ਵਿਰਤੀ ਸੰਨਿ ॥ ਗੁਣਾ ਗਵਾਈ ਗੰਠੜੀ ਅਵਗਣ ਚਲੀ ਬੰਨਿ ॥ ੪ ॥ ੨੪ ॥

In this shabad there is a conceptual opposition of the parents home and that of the in-laws, **ਪੇਈਐ/ ਸਾਹੁਰੈ** . These two spaces are taken as metaphors of the sejourn of a girl who spends her childhood at her parents home and then has to go to her in-laws. Metaphorically it refers to the sejourn of every human being on this earth followed by his death to go to the judgment of the eternal Judge. The actions and deeds on this earth earn one merit that helps the being in the next world. In fact whether one believes in this narrative or not, the discourse of this narrative is clear. One must live a virtuous life to merit the blessing of the Creator.

The little girl should enjoy her childhood, this life is but for four days. One has to ultimately leave this world, this childhood. This enjoyment, this indulgence cannot last for ever. This physical body will one day decay and be no more.

My Love is lovely and affectionate. There is peace and steady path in every step. There is heavenly rhythm and reason in our union. One day one has leave this peaceful space of the parents home to go to one's in-laws, to the other world, to the world beyond this earthly life.

If one is conscious of the conflicts and confusions of the anthropological world, one can meditate upon one's destiny in the ultimate space of the cosmos. Good deeds and virtue are the only acts which accompany a mortal being to the unknown universe.

ਸਿਰੀਰਾਗੁ ਮਹਲਾ ੧ ਘਰੁ ਦੂਜਾ ੨ ॥ ਆਪੇ ਰਸੀਆ ਆਪਿ ਰਸੁ ਆਪੇ ਰਾਵਣਹਾਰੁ ॥ ਆਪੇ ਹੋਵੈ ਚੋਲੜਾ ਆਪੇ ਸੇਜ ਭਤਾਰੁ ॥ ੧ ॥ ਰੰਗਿ ਰਤਾ ਮੇਰਾ ਸਾਹਿਬੁ ਰਵਿ ਰਹਿਆ ਭਰਪੂਰਿ ॥ ੧ ॥ ਰਹਾਉ ॥ ਆਪੇ ਮਾਛੀ ਮਛੁਲੀ ਆਪੇ ਪਾਣੀ ਜਾਲੁ ॥ ਆਪੇ ਜਾਲ ਮਣਕੜਾ ਆਪੇ ਅੰਦਰਿ ਲਾਲੁ ॥ ੨ ॥ ਆਪੇ ਬਹੁ ਬਿਧਿ ਰੰਗੁਲਾ ਸਖੀਏ ਮੇਰਾ ਲਾਲੁ ॥ ਨਿਤ ਰਵੈ ਸੋਹਾਗਣੀ ਦੇਖੁ ਹਮਾਰਾ ਹਾਲੁ ॥ ੩ ॥ ਪ੍ਰਣਵੈ ਨਾਨਕੁ ਬੇਨਤੀ ਤੂ ਸਰਵਰੁ ਤੂ ਹੰਸੁ ॥ ਕਉਲੁ ਤੂ ਹੈ ਕਵੀਆ ਤੂ ਹੈ ਆਪੇ ਵੇਖਿ ਵਿਗਸੁ ॥ ੪ ॥ ੨੫ ॥

In this shabad, all normal oppositions are resolved. In every case, in every conflict, in every duality, the Creator's role is emphasised. The actor and the acted upon are the same. There is no specificity. There are two sides of the same coin. It is a matter of comprehension and discernment. This is a discourse where the existence of the being as a unique actor is realised in the cosmological rhythm without apparent conflicts.

He is the jouissance. He is the indulgence. He is the body. He is the bed. He is the fish. He is the fisherman. He is the net. He is the bait. He is in every play, in every pearl. He is the eternal Lover. He is the lake. He is the swan. He is the seeker. He is the sought.

ਸਿਰੀਰਾਗੁ ਮਹਲਾ ੧ ਘਰੁ ੩ ॥ ਇਹੁ ਤਨੁ ਧਰਤੀ ਬੀਜੁ ਕਰਮਾ ਕਰੋ ਸਲਿਲ ਆਪਾਉ ਸਾਰਿੰਗਪਾਣੀ ॥ ਮਨੁ ਕਿਰਸਾਣੁ ਹਰਿ ਰਿਦੈ ਜੰਮਾਇ ਲੈ ਇਉ ਪਾਵਸਿ ਪਦੁ ਨਿਰਬਾਣੀ ॥ ੧ ॥ ਕਾਹੇ ਗਰਬਸਿ ਮੂੜੇ ਮਾਇਆ ॥ ਪਿਤ ਸੁਤੋ ਸਗਲ ਕਾਲਤ੍ਰ ਮਾਤਾ ਤੇਰੇ ਹੋਹਿ ਨ ਅੰਤਿ ਸਖਾਇਆ ॥ ਰਹਾਉ ॥ ਬਿਖੈ ਬਿਕਾਰ ਦੁਸਟ ਕਿਰਖਾ ਕਰੇ ਇਨ ਤਜਿ ਆਤਮੈ ਹੋਇ ਧਿਆਈ ॥ ਜਪੁ ਤਪੁ ਸੰਜਮੁ ਹੋਹਿ ਜਬ ਰਾਖੇ ਕਮਲੁ ਬਿਗਸੈ ਮਧੁ ਆਸ੍ਰਮਾਈ ॥ ੨ ॥ ਬੀਸ ਸਪਤਾਹਰੋ ਬਾਸਰੋ ਸੰਗ੍ਰਹੈ ਤੀਨਿ ਖੋੜਾ ਨਿਤ ਕਾਲੁ ਸਾਰੈ ॥ ਦਸ ਅਠਾਰ ਮੈ ਅਪਰੰਪਰੋ ਚੀਨੈ ਕਹੈ ਨਾਨਕੁ ਇਵ ਏਕੁ ਤਾਰੈ ॥ ੩ ॥ ੨੬ ॥

The discourse begins with the metaphors of human body as earth and deeds as seeds, ਤਨੁ ਧਰਤੀ /ਬੀਜੁ ਕਰਮਾ, ਮਨੁ ਕਿਰਸਾਣੁ, the human mind is the farmer who is responsible for his crop and what is sown there.

Only good deeds and virtuous acts are appreciated in His

audience. The human being, the farmer, should prepare his field well with purity and piety and sow the seeds of virtue and honesty. The discourse of the Creator must be discerned in meditation and reflection.

Human beings are duped by the luxuries of this world. They are attached to their family and wealth. None of this will last. None of this will help the sinner. Meditation and reflection upon the Word, Discourse of the Creator alone can help the being cross this desert of conflicts and dualities.

The devotee is always conscious of the eternal Truth of the Creator. In every stage of life, he meditates to comprehend the ultimate mystery of the universe. In every sacred text, he deciphers the divine discourse.

ਸਿਰੀਰਾਗੁ ਮਹਲਾ ੧ ਘਰੁ ੩ ॥ ਅਮਲੁ ਕਰਿ ਧਰਤੀ ਬੀਜੁ ਸਬਦੋ ਕਰਿ ਸਚ ਕੀ ਆਬ ਨਿਤ ਦੇਹਿ ਪਾਣੀ ॥ ਹੋਇ ਕਿਰਸਾਣੁ ਈਮਾਨੁ ਜੰਮਾਇ ਲੈ ਭਿਸਤੁ ਦੋਜਕੁ ਮੂੜੇ ਏਵ ਜਾਣੀ ॥ ੧ ॥ ਮਤੁ ਜਾਣ ਸਹਿ ਗਲੀ ਪਾਇਆ ॥ ਮਾਲ ਕੈ ਮਾਣੈ ਰੂਪ ਕੀ ਸੋਭਾ ਇਤੁ ਬਿਧੀ ਜਨਮੁ ਗਵਾਇਆ ॥ ੧ ॥ ਰਹਾਉ ॥ ਐਬ ਤਨਿ ਚਿਕੜੋ ਇਹੁ ਮਨੁ ਮੀਡਕੋ ਕਮਲ ਕੀ ਸਾਰ ਨਹੀ ਮੂਲਿ ਪਾਈ ॥ ਭਉਰੁ ਉਸਤਾਦੁ ਨਿਤ ਭਾਖਿਆ ਬੋਲੇ ਕਿਉ ਬੂਝੈ ਜਾ ਨਹ ਬੁਝਾਈ ॥ ੨ ॥ ਆਖਣੁ ਸੁਨਣਾ ਪਉਣ ਕੀ ਬਾਣੀ ਇਹੁ ਮਨੁ ਰਤਾ ਮਾਇਆ ॥ ਖਸਮ ਕੀ ਨਦਰਿ ਦਿਲਹਿ ਪਸਿੰਦੇ ਜਿਨੀ ਕਰਿ ਏਕੁ ਧਿਆਇਆ ॥ ੩ ॥ ਤੀਹ ਕਰਿ ਰਖੇ ਪੰਜ ਕਰਿ ਸਾਥੀ ਨਾਉ ਸੈਤਾਨੁ ਮਤੁ ਕਟਿ ਜਾਈ ॥ ਨਾਨਕੁ ਆਖੈ ਰਾਹਿ ਪੈ ਚਲਣਾ ਮਾਲੁ ਧਨੁ ਕਿਤ ਕੂ ਸੰਜਿਆਹੀ ॥ ੪ ॥ ੨੭ ॥

The metaphors of the farmer and the seeds continue.

With good deeds the farmer prepares the field to sow the seed of the divine Word. The field is then watered with the discourse of Truth. Following this sublime discourse, the devotee follows the path of righteousness. **ਭਿਸਤੁ/ਦੋਜਕੁ**, heaven and hell are distinguished on the basis of right or wrong deeds and thoughts. Drenched in the dirt of vice and decadence, the being wastes this precious life.,The human body becomes a dirty pond where the estranged mind lives the life of a frog who relishes dirt and filth. **ਐਬ ਤਨਿ ਚਿਕੜੋ ਇਹੁ ਮਨੁ ਮੀਡਕੋ**

ਕਮਲ ਕੀ ਸਾਰ ਨਹੀ ਮੂਲਿ ਪਾਈ ॥ Such minds are lost in dirty streams of thought. They follow the wrong path. They do not listen to the divine Word. They do not follow the divine discourse.
Those who meditate and reflect upon the divine discourse comprehend the eternal Truth. They are blessed. Those who follow the path of the devil, the path of evil, they are condemned for ever. Time is all powerful. Ultimately, all will end in death and destruction. All wealth and luxuries are a matter of days.

ਸਿਰੀਰਾਗੁ ਮਹਲਾ ੧ ਘਰੁ ੪ ॥ ਸੋਈ ਮਉਲਾ ਜਿਨਿ ਜਗੁ ਮਉਲਿਆ ਹਰਿਆ ਕੀਆ ਸੰਸਾਰੋ ॥ ਆਬ ਖਾਕੁ ਜਿਨਿ ਬੰਧਿ ਰਹਾਈ ਧੰਨੁ ਸਿਰਜਣਹਾਰੋ ॥ ੧ ॥ ਮਰਣਾ ਮੁਲਾ ਮਰਣਾ ॥ ਭੀ ਕਰਤਾਰਹੁ ਡਰਣਾ ॥ ੧ ॥ ਰਹਾਉ ॥ ਤਾ ਤੂ ਮੁਲਾ ਤਾ ਤੂ ਕਾਜੀ ਜਾਣਹਿ ਨਾਮੁ ਖੁਦਾਈ ॥ ਜੇ ਬਹੁਤੇਰਾ ਪੜਿਆ ਹੋਵਹਿ ਕੋ ਰਹੈ ਨ ਭਰੀਐ ਪਾਈ ॥ ੨ ॥ ਸੋਈ ਕਾਜੀ ਜਿਨਿ ਆਪੁ ਤਜਿਆ ਇਕੁ ਨਾਮੁ ਕੀਆ ਆਧਾਰੋ ॥ ਹੈ ਭੀ ਹੋਸੀ ਜਾਇ ਨ ਜਾਸੀ ਸਚਾ ਸਿਰਜਣਹਾਰੋ ॥ ੩ ॥ ਪੰਜ ਵਖਤ ਨਿਵਾਜ ਗੁਜਾਰਹਿ ਪੜਹਿ ਕਤੇਬ ਕੁਰਾਣਾ ॥ ਨਾਨਕੁ ਆਖੈ ਗੋਰ ਸਦੇਈ ਰਹਿਓ ਪੀਣਾ ਖਾਣਾ ॥ ੪ ॥ ੨੮ ॥

In this shabad the Guru addresses himself to the Muslim priests, Maula or Qazi. He asks the fundamental question – who is a Maula, who is a Qazi? What they are supposed to do ? What are their religious and moral duties ?
The Maula, the Master is God Himself who has created this universe. He is the sovereign of all, He is the creator of all. The Guru reminds the priest, the Mulla, that death smothers all, none can avoid the hour of reckoning. One should be ready to face death.
Being a Mulla or being a Qazi requires the knowledge of the cosmic mystery. All worldly learning, all erudition amounts to nothing if there is no comprehension of the cosmological universe. The Qazi is he who has renounced his worldly desires and prides and pretences. The True Creator is the incarnation of Truth. He is, He will ever be the most sublime Truth, the anchor of this cosmos. The five ritual prayers are futile if body and mind are not in tune with the divine rhythm.

When the last hour arrives, when the body is placed in the grave, all anthropological desires take leave. It is too late to repent.

ਸਿਰੀਰਾਗੁ ਮਹਲਾ ੧ ਘਰੁ ੪ ॥ ਏਕੁ ਸੁਆਨੁ ਦੁਇ ਸੁਆਨੀ ਨਾਲਿ ॥ ਭਲਕੇ ਭਉਕਹਿ ਸਦਾ ਬਇਆਲਿ ॥ ਕੂੜੁ ਛੁਰਾ ਮੁਠਾ ਮੁਰਦਾਰੁ ॥ ਧਾਣਕ ਰੂਪਿ ਰਹਾ ਕਰਤਾਰ ॥ ੨ ॥ ਮੈ ਪਤਿ ਕੀ ਪੰਦਿ ਨ ਕਰਣੀ ਕੀ ਕਾਰ ॥ ਹਉ ਬਿਗੜੈ ਰੂਪਿ ਰਹਾ ਬਿਕਰਾਲ ॥ ਤੇਰਾ ਏਕੁ ਨਾਮੁ ਤਾਰੇ ਸੰਸਾਰੁ ॥ ਮੈ ਏਹਾ ਆਸ ਏਹੋ ਆਧਾਰੁ ॥ ੧ ॥ ਰਹਾਉ ॥ ਮੁਖਿ ਨਿੰਦਾ ਆਖਾ ਦਿਨੁ ਰਾਤਿ ॥ ਪਰ ਘਰੁ ਜੋਹੀ ਨੀਚ ਸਨਾਤਿ ॥ ਕਾਮੁ ਕ੍ਰੋਧੁ ਤਨਿ ਵਸਹਿ ਚੰਡਾਲ ॥ ਧਾਣਕ ਰੂਪਿ ਰਹਾ ਕਰਤਾਰ ॥ ੨ ॥ ਫਾਹੀ ਸੁਰਤਿ ਮਲੂਕੀ ਵੇਸੁ ॥ ਹਉ ਠਗਵਾੜਾ ਠਗੀ ਦੇਸੁ ॥ ਖਰਾ ਸਿਆਣਾ ਬਹੁਤਾ ਭਾਰੁ ॥ ਧਾਣਕ ਰੂਪਿ ਰਹਾ ਕਰਤਾਰ ॥ ੩ ॥ ਮੈ ਕੀਤਾ ਨ ਜਾਤਾ ਹਰਾਮਖੋਰੁ ॥ ਹਉ ਕਿਆ ਮੁਹੁ ਦੇਸਾ ਦੁਸਟੁ ਚੋਰੁ ॥ ਨਾਨਕੁ ਨੀਚੁ ਕਹੈ ਬੀਚਾਰੁ ॥ ਧਾਣਕ ਰੂਪਿ ਰਹਾ ਕਰਤਾਰ ॥ ੪ ॥ ੨੯ ॥

In this shabad, the Guru presents the wretched form of the one who has the garb of a sage but who is living the life of a butcher. He loots and plunders. He cheats every body. Drenched in **ਕੂੜ,** dirt and deception, he is a demon on this earth. In act and thought, there is dirt and distraction. There is no honour, no respect. In form, there is the garb of a faqir, in thought and deed, there is cruelty and corruption. This human life is thrown in a rotten ditch. There is no meditation, no reflection, no realisation of the eternal Truth. There is falsehood all over.

When the last hour arrives, there will be nothing to show. Life laden with vice and deception cannot be honoured in His audience. The devil within will not be able to face the divine wrath.

ਸਿਰੀਰਾਗੁ ਮਹਲਾ ੧ ਘਰੁ ੪ ॥ ਏਕਾ ਸੁਰਤਿ ਜੇਤੇ ਹੈ ਜੀਅ ॥ ਸੁਰਤਿ ਵਿਹੂਣਾ ਕੋਇ ਨ ਕੀਅ ॥ ਜੇਹੀ ਸੁਰਤਿ ਤੇਹਾ ਤਿਨ ਰਾਹੁ ॥ ਲੇਖਾ ਇਕੋ ਆਵਹੁ ਜਾਹੁ ॥ ੧ ॥ ਕਾਹੇ ਜੀਅ ਕਰਹਿ ਚਤੁਰਾਈ ॥ ਲੇਵੈ ਦੇਵੈ ਢਿਲ ਨ ਪਾਈ ॥ ੧ ॥ ਰਹਾਉ ॥ ਤੇਰੇ ਜੀਅ ਜੀਆ ਕਾ ਤੋਹਿ ॥ ਕਿਤ ਕਉ ਸਾਹਿਬ ਆਵਹਿ ਰੋਹਿ ॥ ਜੇ ਤੂ ਸਾਹਿਬ ਆਵਹਿ ਰੋਹਿ ॥ ਤੂ ਓਨਾ ਕਾ ਤੇਰੇ ਓਹਿ ॥ ੨ ॥ ਅਸੀ ਬੋਲਵਿਗਾੜ ਵਿਗਾੜਹ ਬੋਲ ॥ ਤੂ ਨਦਰੀ ਅੰਦਰਿ ਤੋਲਹਿ ਤੋਲ ॥ ਜਹ ਕਰਣੀ ਤਹ ਪੂਰੀ ਮਤਿ ॥ ਕਰਣੀ ਬਾਝਹੁ

ਘਟੇ ਘਟਿ ॥ ੩ ॥ ਪ੍ਰਣਵਤਿ ਨਾਨਕ ਗਿਆਨੀ ਕੈਸਾ ਹੋਇ ॥ ਆਪੁ ਪਛਾਣੈ ਬੂਝੈ ਸੋਇ ॥ ਗੁਰ ਪਰਸਾਦਿ ਕਰੇ ਬੀਚਾਰੁ ॥ ਸੋ ਗਿਆਨੀ ਦਰਗਹ ਪਰਵਾਣੁ ॥ ੪ ॥ ੩੦ ॥

Within human body there is the faculty of discernment. The divine mind follows the rhythm of the cosmological order. It discerns the mystery of the universe. It comprehends the extensions of Time and Space, Life and Death.

There is no place for clever chat. It is an affair of divine knowledge. The divine mind is capable of comprehending the cosmic rhythm. It follows the divine light. It avoids the darkness of ignorance.

This **ਸੁਰਤਿ**, this consciousness, this faculty of discernment, is the divine gift. The devotee meditates and reflects upon the cosmological order. His surt, allows him to concentrate on the divine rhythms of the sublime Truth. His deeds follow this divine reflection, this path that the Guru has presented to him.

The devotee derives this divine knowledge from the Discourse of the Guru. In this path, there is piety and purity. This is the domain of righteousness and Truth. There is the blessing of the Guru. The one who has acquired this divine knowledge is honoured in His audience.

ਸਿਰੀਰਾਗੁ ਮਹਲਾ ੧ ਘਰੁ ੪ ॥ ਤੂ ਦਰੀਆਉ ਦਾਨਾ ਬੀਨਾ ਮੈ ਮਛੁਲੀ ਕੈਸੇ ਅੰਤੁ ਲਹਾ ॥ ਜਹ ਜਹ ਦੇਖਾ ਤਹ ਤਹ ਤੂ ਹੈ ਤੁਝ ਤੇ ਨਿਕਸੀ ਫੂਟਿ ਮਰਾ ॥ ੧ ॥ ਨ ਜਾਣਾ ਮੇਉ ਨ ਜਾਣਾ ਜਾਲੀ ॥ ਜਾ ਦੁਖੁ ਲਾਗੈ ਤਾ ਤੁਝੈ ਸਮਾਲੀ ॥ ੧ ॥ ਰਹਾਉ ॥ ਤੂ ਭਰਪੂਰਿ ਜਾਨਿਆ ਮੈ ਦੂਰਿ ॥ ਜੋ ਕਛੁ ਕਰੀ ਸੁ ਤੇਰੈ ਹਦੂਰਿ ॥ ਤੂ ਦੇਖਹਿ ਹਉ ਮੁਕਰਿ ਪਾਉ ॥ ਤੇਰੈ ਕੰਮਿ ਨ ਤੇਰੈ ਨਾਇ ॥ ੨ ॥ ਜੇਤਾ ਦੇਹਿ ਤੇਤਾ ਹਉ ਖਾਉ ॥ ਬਿਆ ਦਰੁ ਨਾਹੀ ਕੈ ਦਰਿ ਜਾਉ ॥ ਨਾਨਕੁ ਏਕ ਕਹੈ ਅਰਦਾਸਿ ॥ ਜੀਉ ਪਿੰਡੁ ਸਭੁ ਤੇਰੈ ਪਾਸਿ ॥ ੩ ॥ ਆਪੇ ਨੇੜੈ ਦੂਰਿ ਆਪੇ ਹੀ ਆਪੇ ਮੰਝਿ ਮਿਆਨੋੁ ॥ ਆਪੇ ਵੇਖੈ ਸੁਣੇ ਆਪੇ ਹੀ ਕੁਦਰਤਿ ਕਰੇ ਜਹਾਨੋੁ ॥ ਜੋ ਤਿਸੁ ਭਾਵੈ ਨਾਨਕਾ ਹੁਕਮੁ ਸੋਈ ਪਰਵਾਨੋੁ ॥ ੪ ॥ ੩੧ ॥

We have here the metaphors of the river and the fish. The Creator is the river where the small fish, the human being is lost. He cannot discern the vast dimensions of the cosmos.

Every where, there is the divine presence of the Creator. I know neither the fisherman, nor the net. Whenever I am in trouble, I see not the right path, I beseech Thee, I look for Thy help. In Thy enormous cosmos I am lost. I try to be in Thy presence, on Thy path. All my actions, my deeds, my thoughts are devoted to Thy grace. In this infinity of divine cosmos, I cannot stay steady and serene without Thy grace and benevolence. I meditate, I reflect. I pray for Thy grace. All steps are within Thy extensions. The far and near distances have no significance when the devotee is graced by Thy presence. In Thy Nature, in Thy Creation, there is none but Thee. All acts, all rhythms in the cosmological universe are due to Thee, due to Thy Will.

ਸਿਰੀਰਾਗੁ ਮਹਲਾ ੧ ਘਰੁ ੪ ॥ ਕੀਤਾ ਕਹਾ ਕਰੇ ਮਨਿ ਮਾਨੁ ॥ ਦੇਵਣਹਾਰੇ ਕੈ ਹਥਿ ਦਾਨੁ ॥ ਭਾਵੈ ਦੇਇ ਨ ਦੇਈ ਸੋਇ ॥ ਕੀਤੇ ਕੈ ਕਹਿਐ ਕਿਆ ਹੋਇ ॥ ੧ ॥ ਆਪੇ ਸਚੁ ਭਾਵੈ ਤਿਸੁ ਸਚੁ ॥ ਅੰਧਾ ਕਚਾ ਕਚੁ ਨਿਕਚੁ ॥ ੧ ॥ ਰਹਾਉ ॥ ਜਾ ਕੇ ਰੁਖ ਬਿਰਖ ਆਰਾਉ ॥ ਜੇਹੀ ਧਾਤੁ ਤੇਹਾ ਤਿਨ ਨਾਉ ॥ ਫੁਲੁ ਭਾਉ ਫਲੁ ਲਿਖਿਆ ਪਾਇ ॥ ਆਪਿ ਬੀਜਿ ਆਪੇ ਹੀ ਖਾਇ ॥ ੨ ॥ ਕਚੀ ਕੰਧ ਕਚਾ ਵਿਚਿ ਰਾਜੁ ॥ ਮਤਿ ਅਲੂਣੀ ਫਿਕਾ ਸਾਦੁ ॥ ਨਾਨਕ ਆਣੇ ਆਵੈ ਰਾਸਿ ॥ ਵਿਣੁ ਨਾਵੈ ਨਾਹੀ ਸਾਬਾਸਿ ॥ ੩ ॥ ੩੨ ॥

In the general conceptual opposition of **ਸਚ/ ਕਚ**, the existential situation of the right and wrong path is graphically presented. It is He who bestows peace and piety, truth and tranquillity. It is He who decides what is True and what is false, what is eternal and what is ephemeral. All nature, all culture is due to His benevolence. All spirit and all matter follow His Order. The seeds, the flowers, the acts, the dividends are all due to His grace. As we sow, so do we reap. When the artisan is on the wrong path, when he is ignorant of the divine Order, he constructs a false wall, he is lost in the wilderness of the mind and the spirit. In ignorance and indulgence, one follows the wrong path. One is estranged from the divine reflection. When the devotee does not meditate, does not reflect, does not remember his Creator, there is no refuge, no peace, no piety.

ਸਿਰੀਰਾਗੁ ਮਹਲਾ ੧ ਘਰੁ ੫ ॥ ਅਛਲ ਛਲਾਈ ਨਹ ਛਲੈ ਨਹ ਘਾਉ ਕਟਾਰਾ ਕਰਿ ਸਕੈ ॥ ਜਿਉ ਸਾਹਿਬੁ ਰਾਖੈ ਤਿਉ ਰਹੈ ਇਸੁ ਲੋਭੀ ਕਾ ਜੀਉ ਟਲ ਪਲੈ ॥ ੧ ॥ ਬਿਨੁ ਤੇਲ ਦੀਵਾ ਕਿਉ ਜਲੈ ॥ ੧ ॥ ਰਹਾਉ ॥ ਪੋਥੀ ਪੁਰਾਣ ਕਮਾਈਐ ॥ ਭਉ ਵਟੀ ਇਤੁ ਤਨਿ ਪਾਈਐ ॥ ਸਚੁ ਬੂਝਣੁ ਆਣਿ ਜਲਾਈਐ ॥ ੨ ॥ ਇਹੁ ਤੇਲੁ ਦੀਵਾ ਇਉ ਜਲੈ ॥ ਕਰਿ ਚਾਨਣੁ ਸਾਹਿਬ ਤਉ ਮਿਲੈ ॥ ੧ ॥ ਰਹਾਉ ॥ ਇਤੁ ਤਨਿ ਲਾਗੈ ਬਾਣੀਆ ॥ ਸੁਖੁ ਹੋਵੈ ਸੇਵ ਕਮਾਣੀਆ ॥ ਸਭ ਦੁਨੀਆ ਆਵਣ ਜਾਣੀਆ ॥ ੩ ॥ ਵਿਚਿ ਦੁਨੀਆ ਸੇਵ ਕਮਾਈਐ ॥ ਤਾ ਦਰਗਹ ਬੈਸਣੁ ਪਾਈਐ ॥ ਕਹੁ ਨਾਨਕ ਬਾਹ ਲੁਡਾਈਐ ॥ ੪ ॥ ੩੩ ॥

In the divine lamp, there is the wick of the fear **ਭਉ ਵਟੀ** of the Lord and the oil of divine Truth, **ਸਚੁ.** This sublime light enables the devotee to follow the right path, to follow the path of righteousness and Truth. It leads to the divine union.

ਭਉ ਵਟੀ ਇਤੁ ਤਨਿ ਪਾਈਐ ॥ ਸਚੁ ਬੂਝਣੁ ਆਣਿ ਜਲਾਈਐ ॥ ੨ ॥ ਇਹੁ ਤੇਲੁ ਦੀਵਾ ਇਉ ਜਲੈ ॥ ਕਰਿ ਚਾਨਣੁ ਸਾਹਿਬ ਤਉ ਮਿਲੈ ॥

Caught in the illusions and delusions of the worldly affairs, the being is helpless. It is the divine Order that prevails every where. In ignorance, there is darkness, there is greed and hunger.

The devotee follows the divine light of Truth to dispel ignorance, to dispel false illusions. The divine lamp is lit with the oil of Truth, with the wick of the fear of the Lord. In this divine light, the Order of the cosmos is discerned. The righteous path of the Guru is followed.

In meditation and reflection, in the light of Truth, one comprehends the mystery of the cosmos. All material illusions are ephemeral, only the divine Truth is eternal. Those who meditate and reflect, who serve the humanity, who devote their lives to the right cause, the cause of righteousness, are saved, are graced. These thirty-three shabads present thirty-three existential situations of alienation.

The conceptual oppositions of **ਸਚ/ ਕਚ**, truth/falsehood, gurmukh/manmukh, sohagani/dohagani etc present the two sides of the relation/non-relation with the Creator, with His sublime Truth.

There are the ones who meditate and reflect and follow the divine path of Truth and union. They suffer in silence, in the existential situation of *dukh*. They follow the Will of the Lord. They discern the mystery of the cosmos. They are integrated. They are in tune with the divine rhythm.

And, there are others, the followers of the path of indulgence, of *sukh*, of worldly luxuries. They are doomed to decay and decadence. They follow the wrong path, the path of conflict and confusion, the path of separation. They are estranged, they are alienated.

THE DISCOURSE OF ALIENATION IN THE WESTERN TRADITION

In this section we will deal with three main theoretical propositions around the concept of ALIENATION in the Western tradition.

The first important step is that of HARMONY and DISCORD in Plato in fifth century BC. The second concentrates on the notion of estrangement or ALIENATIO in Saint Augustine in the fourth century. The third step in this direction is that of EXISTENTIALISM with Soren Kierkegaard, Karl Jaspers, Martin Heidegger and Jean-Paul Sartre in the nineteenth and the twentieth century with the primary notions of ANGUISH and ABSURD.

I
PLATO (427-347 BC)
HARMONY : DISCORD

Plato's proposition of Harmony and Discord is based on his theory of the mortality of body and the immortality of soul. The body/soul opposition is the basis of his understanding of the affairs of the universe. Let us follow Plato's argument for the immortality of soul in his dialogue, PHAEDO. The human body is born and dies. Before the birth of the body, the soul is already there. It enters a new body. According to Plato's theory of "recollection", the soul often remembers the events of the previous birth. It has innate understanding of things. The body operates only at the sensuous level. All its understanding is based on senses. The pleasures of this world are the pleasures of the body. It follows its greed, its passion. It does not have the faculty of discrimination. The soul is pure. Its essence is divine. It follows the divine order. It understands the eternal forms of good, justice, beauty, truth. These forms are eternal and sublime. They are not corrupted by the temptations of body. Human body is the greatest hindrance in comprehending the nature of the universe, the ultimate criterion of good and just. The human body is deceived by the senses. It cannot transcend the physical forms. The soul can acquire the knowledge of absolute truth, absolute goodness, absolute justice because in essence it participates in the essence of the Supreme Soul. When body dominates, when human knowledge is based on senses, it is deceptive. It is an illusion. The absolute pure form of truth is eternal. It is beyond any sensuous or physical understanding of truth. Such a form is not a physical form. It cannot be seen by the human eye. The soul comprehends it because it can perceive and follow its sublime image. This image is a mental construct, a conceptual construct. The purest forms of knowledge, according to Plato, are acquired by mind alone. The very light of the mind in its absolute clearness is able to perceive the right form of truth. When the body infects the soul with its senses, the soul also gets lost. There are two basic tendencies. The tendency of Harmony and the tendency of Discord. The passions of the body create discord. The soul, in its purest form, creates Harmony. The human mind is estranged when it follows the path of greed and passion. There is discord and anguish. There is pain and depression. There is conflict and confusion. On the basis of senses, of seeing, touching and feeling, one cannot arrive at truth. The truth of this universe can only be apprehended by the pure soul. The pure forms of truth, justices and beauty are perceived only by the pure soul. According to Plato the body is a source of endless trouble. As long as the soul is infested by the evils of he body, the soul's desire for truth cannot be satisfied. Whenever mind, intellect and soul try to comprehend the eternal forms of good and justice, the body stands in their way. The pleasures of body, the evil designs of greed and passion hinder all intellectual progress. The impure can never reach the pure. The physical can never perceive the spiritual. The Creator of this universe, God, is the purest Supreme Soul. The human soul and the Supreme Soul are of the same essence. This is why the approach of the soul is for harmony and unity. The evil infected body brings discord and disharmony, conflict and confusion. Infected by the impurity of the body, the soul is unable to reach the purity of the eternal, sublime forms. The purificatory process begins when the soul is more and more detached from the body. Then the pure soul can perceive the pure and eternal forms of good, just and beautiful which is not possible as long as the evil desires of body continue to pollute the pure soul. These eternal forms are universals. With senses, the body can see and analyse only the particulars. The body can apprehend their physical, individual existence. The universal characteristics and forms cannot be the object of sensuous experience. The soul alone can reach the unknown and the eternal. These universal forms are not subject to any change. They are not affected by the normal, evolutionary process. According to Plato, particulars are imperfect. They can never be the models of eternal forms. A particular good or justice or beauty has a given physical context. It cannot be generalised as no two things are ever identically good or just or beautiful. It is only through the mediation of the abstract idea or the image of the good, the just, the beautiful that we arrive at their universals, their true forms. According to Plato, man is a compound of body and soul. The body belongs to this world. The soul has an affinity with the eternal forms. As such, the soul is also eternal. In his theory of knowledge, Plato makes a distinction between belief (doxa) and knowledge (episteme). They represent two different states of mind and as such they refer to different objects. We may compare the state of mind of a man looking at a reflection or a shadow. There are two ways. He may either look at the copy for its own sake as a painter may study reflections in a stream or may look at it as a copy. The relationship between the copies and their originals is like the sensible world as a whole known by belief (doxa) and the eternal forms known by reason or thought. Material objects are copies of their originals. The world of sense is fleeting, always in flux. It is full of differences and contradictions. By reflecting on these fleeting copies one cannot gain true knowledge. Doxa, belief, is different from knowledge because they are concerned with different objects. Doxa is concerned with copies, at times, inferior copies, and thought, the soul, with the original forms. In his dialogue, Republic, Plato describes this situation with the similes of the Sun and the Cave. The sun in the visible world is like the form of the good in the mental image. As the sun is the source of life and light, so the form of the good is the source of knowledge and of existence of all things. The simile of the cave illustrates how educational advancement can be made. Prisoners are held in a cave. In the prison they see shadows caused by the fire outside. When they are led outside, they realise that the shadows were only copies. The real things are quite different. All human beings are like those prisoners who take the shadows for the real. The relationship between body and soul is as that of the tune to the lyre. If the strings are in a certain relationship, the lyre is in tune. When the strings are broken, no such tune or harmony exists. In other words, if the body follows the insights and the judgements of the soul, there is harmony. If the strings are rightly stretched, there is no tuning, no harmony. There is discord. There is estrangement. Man is ALIENATED in his own world. This universe is like a musical instrument. Our soul is capable of putting it in right tune by adjustments, by proper correlations. The purity and the sublime nature of the soul can bring harmony in this universe with the knowledge of pure and sublime forms of goodness, justices and beauty. If there are no such correlations, if the body is stuck in greed and passion, there is no harmony. There is no music, no rhythm. There is discord. There is alienation. Another point to be noted here is that Plato's eternal forms are not universals in the ordinary sense of the term. They are not just common to all particulars, they are the ideal forms. The things of this world are poor copies of the Platonic forms. Plato's forms are eternal and sublime. They are of the same essence as God himself. They are derived from the absolute good and the absolute just. Only the soul in its purest form, without any infection of the body, can apprehend these forms. The pursuit of knowledge, for Plato, is the pursuit of these forms. Knowledge and Harmony are in perfect correspondence. The knowledge of these eternal forms is the true knowledge. The knowledge based on senses is false and illusory. It is like the knowledge of the prisoners in the cave. Moreover, Plato argues that all that really exists is a number of motions. The apparent reality is illusory, in Buddhist terms, always in flux. Knowledge based on this temporary, illusory reality cannot apprehend the reality of this universe.

The concept of harmony is explained further in Plato's dialogue, SYMPOSIUM. In this dialogue different speakers reflect on the nature of Love. According to Phaedrous, Love is the eldest and noblest and the mightiest of gods. He is the chief author and giver of virtue in life and happiness after death. A distinction is made between the love of body and the love of soul. Human body is unstable and mortal. It indulges in greed and lust. Love, based on such transitory elements, is vulgar. The love of soul is pure love. It is life long. It becomes one with the everlasting. There is dishonour in the love of money, wealth or political power. The love of the soul is the way of virtue. Plato distinguishes between virtue and vice, between honour and dishonour. The true love is based on honour and virtue. On the one hand, there is the love of the youth and body. On the other, there is love and pursuit of knowledge and wisdom. The god of love is all powerful. He surveys all men and women, all cities and countries. The god of love is universal. His empire extends over all things, human and divine. The approach of love is like the harmony of music. In music, there is the reconciliation of the opposites like the harmony of bow and the lyre. Harmony and rhythm are common to both love and music.

Our atmosphere, our natural environment also follow these principles. The elements of hot and cold, moist or dry attain the harmonious love of one another. They blend in temperance and harmony. They bring to men, animals and plants health and plenty. The love that is concerned with good and which is perfected in company with temperance and justice has the greatest power. It is the source of all happiness and makes the friends of gods.

In this dialogue, there is also a reference to a myth of androgynous form of the human beings. In the beginning, man-woman formed one body, androgynous body, like the Indian myth of *ardhnarishvara*, half man-half woman. This form in ancient times was very strong. The gods were afraid of its strength. So they divided this body into two parts, man and woman. The love for the other part, man or woman, is to attain the older power and strength. If man and women come to their original, natural form, there would be harmony and strength, and the gods will be defeated.

In this dialogue, Love is presented neither as mortal nor as immortal. It is supposed to be in between the two states. It is a great spirit and like all spirits it is intermediate between the divine and the mortal. Love interprets between gods and men, The prayers of men, the sacrifices for gods are presented in their natural order. Love is the mediator who covers the chasm that separates men from gods. Love unites men with God. It is through love that the dialogue between the spirits of good, justices and beauty and the mortal men is carried out. The wisdom that understands this phenomenon of love is spiritual. All other wisdom is mean and vulgar. If human body is not polluted with evil, with passion and greed, it can see the true forms of beauty, justice and good. In this correlation, there is dialogue, there is communion. Men become friends of gods. There is harmony and rhythm. The discordant notes give way to the music of the spirit.

For Plato, the primary conflict is between body and soul. Body is mortal. It lives only at the level of senses. At this level, the body is blind to virtue and love. It leads to DISCORD. The soul is immortal. It is of the same essence as that of the divine. In its pursuit of the knowledge of the universe, it can perceive the eternal and sublime forms of beauty and justice. This perception leads to Love and Harmony, to Music and Rhythm.

II

SAINT AUGUSTINE (354-430) ALIENATIO

THE HEART IS RESTLESS UNTIL IT RESTS IN THEE.

"The heart is restless until it rests in thee" sums up the discourse of alienation of Saint Augustine. The fourth century Christian philosopher was heavily influenced by the Neo-Platonic ideas of soul and body. For Augustine, harmony and

balance could be achieved by a proper correlation of Faith and Reason. Following the divine revelation of truth in Jesus Christ and the Bible, all search for Truth must be based on faith. But for Augustine, faith is only a point of departure, a beginning, a first step. It is however a passive step. It must be followed by reason and intellectual enquiry. This is the activity of the soul. According to Augustine, all knowledge is the work of the soul. The soul is defined as a substance endowed with reason that rules the body. The Platonic soul/body dualism is ruled out. For Augustine, there is a substantial unity between the two. Man is a rational soul making use of a mortal and material body. Man is restless, disturbed, confused until he finds rest, peace, harmony in "thee" (God). As opposed to the knowledge of Truth, alienation or estrangement is ignorance of the divine Truth, the harmonious and the just order of the universe. It is through this knowledge that man has the vision of God's beatitude.
(R.A. Markus in *A Critical History of Western Philosophy*, edited by D. J. O'Connor, The Free Press, New York, 1964. page 82 onwards.)

The vision of the divine beatitude is the state of blessedness. With body, with senses we become aware of this world, says Augustine, but with the rational soul we acquire true knowledge of the divine order. This unity of body and soul is quite different from the Platonic idea that the soul was imprisoned in the body. For Plato, soul was exiled from its true home and was held captive within a material and temporal body. What needs to be emphasised here is that even in the case of beatitude and blessedness, Augustine insists on the radically intellectual character of this self realisation. For Augustine, the happy life lies in wisdom. It embraces a growth of insight and understanding. This happiness has itself a deeply intellectual quality. Faith alone is not able to discharge the function of Christian philosophy. According to Augustine, to believe is to think with consent. Faith has no rational clarity. It is based on the authority of someone else. It acquires wisdom and logic to reinforce its authenticity. Understanding is the reward of faith. Seek therefore not to understand in order that you may believe, but to believe in order you may understand, says Augustine. Belief is inferior to reason. It is a blind assent. However, rational understanding is a kind of vision, an intellectual insight. Faith requires the work of understanding to bring it to its fully human stature. As a theologian, Augustine takes the help of all intellectual disciplines. In a way, for Augustine, there is no opposition between science and religion. Logic and philosophy are used to understand the mysteries of faith. Even the awareness acquired by sensuous data is of direct use in the development of our understanding. Thus for Augustine, soul and body work together. They are not opposing forces as we have seen in Plato.

For Augustine there are two types of knowledge. The first is acquired by senses, by human body. The second functions in the intelligible world. It is known independently of the experiences through senses. It is perceived by the mind, by the rational soul. Self knowledge is the mind's discovery of itself. It is purely an intellectual quest.

For Plato, the soul is immortal. It resides in the body as a captive, as a prisoner. Soul and body are often in conflict. Soul is of divine essence. It alone can acquire the knowledge of the divine. As long as the body follows the insights of the soul, there is harmony. If there is conflict between the two, there is discord as a discordant note in music.

Augustine is inspired by the Neo-Platonic ideas but as a Christian theologian, he follows a different path for the pursuit of knowledge and truth. At times, Augustine equates soul with intellect and wisdom. Even though faith is incomplete without intellect, the function of intellectual enquiry is to prove the truth of faith. In other words, what we believe, we must also understand. Human alienation is due to the fact that we are separated from our Creator. Our heart is restless. It will remain so until it finds rest and peace in Thee, the Sublime God. Wisdom leads men to the vision of God, to His beatitude. In this vision, there is peace. There is blessedness. There is harmony. Both Plato and Augustine use the same simile of the harmony of music.

There is another difference. For Plato, body is inclined towards greed and passion. Our discord and alienation is primarily due to the desires of the body. For Augustine, soul as intellect or mind uses body for sense-knowledge which is also important. Sense awareness is the first step. We have here the analogy of the craftsman. The craftsman carves with his body but what and how it is carved, the form it is given, is the function of the intellect. Before a form is realised in a given material, it is perceived in the mind as an abstract image. All material forms are the copies or the imitations of the pure forms of the mind, the intellect. In a way, for Augustine, soul and body are interdependent. Augustine distinguishes between the corporeal and the spiritual insights. The first is based on senses, for example, we see with our eyes. This is the first contact, the first understanding of reality. The spiritual sight is dependent upon the mental process. It can occur in the absence of the corporeal seeing. Augustine insists that it is the mind itself which forms the image which it sees out of its own substance. What the mind perceives is not the object but the image, the likeness of the object. The eyes see an object in general. The mind's focus is always on the specific aspect of the object, its inner immanent reality. The mind's perception leads to a conceptual construct of the object.

The physical, external form of the object is different from the form of the image of the object. The physical seeing sends message to the mind. The corporeal sight functions as a messenger to the superior spiritual sight. The third stage is that of intellect. Our intellect interprets and judges the correctness and the certitude of the object. It may accept, reject or modify what it receives. Seeing is passive and accidental. Understanding by intellect is active and reflective. These two functions are both independent and correlative.

The fact that the mind directs the senses to concentrate on one specific aspect of the object shows the role of the "will" in the philosophy of Augustine. It is this will that is the directing force. It elevates the intellectual process from the corporeal level to the spiritual level. The intellectual insight as such is the spiritual insight. It is mainly responsible for harmony and balance. The restlessness of the heart gives way to rest and rhythm in the universal spirit, the heart of God. Augustine attaches more importance than did most of his contemporaries yet the real domain of true knowledge remains the spiritual domain. Neo-Platonic influence is all over.

Augustine has reflected upon the concept of "evil" a great deal in his CONFESSIONS. Logically evil and good are contraries but in human beings both coexist :

"Two contraries cannot coexist in a single thing. Nevertheless, while no one maintains that good and evil are not contraries, they can not only coexist, but the evil cannot exist at all without the good. .. These two contraries are thus coexistent, so that if there were no good in what is evil, then the evil simply could not be".

(Augustine : Confessions, Vol VII, The Library of Christian Classics, SCM Press, London, 1955).

For Augustine, there is a constant struggle between evil and good within a being. This conflict is the cause of all ALIENATION, all DISCORD. Augustine lays heavy emphasis on the concept of harmony.

"But in the parts of creation, some things, because they do not harmonise with others, are considered evil. Yet those same things elsewhere harmonise with others and are good, and in themselves are good". Ibid, p.25.

It is the harmony or disharmony that is responsible for all

discord. In nature there are oppositions, contraries but these contraries are not bad. It all depends upon their correlation. In a harmonious relation good and evil can coexist. Even evil and misery can lead to happiness. Good and evil, misery and happiness are states of mind. If the intellect follows the path of wisdom, it can overcome misery. In fact, misery can lead to a struggle within. This conflict can be resolved with harmonious accord of the contraries.

"If the soul does not come to misery save by sinning, our sins also are necessary to the perfection of the universe which God has made...Neither the sins nor the misery are necessary to the perfection of the universe, but souls as such are necessary which have power to sin if they so will...Because there are souls whose sins are followed by misery and whose righteous conduct is followed by happiness, because it contains all kinds of natures, the universe is always complete and perfect. Sin and its punishment are not natural objects but states of natural objects". Ibid. p.27.

These contraries are resolve in the intelligible world as a mental vision. The difference between seeing and understanding is very important. Both for Plato and Augustine, the intellectual light, like the light of the sun, sheds light on all things of the world. For Augustine, "the intellectual light emanates from the supreme form, that of the good, and illuminates both the inferior forms, thus rendering them intelligible, and the mind that understands them, like the sun, itself supremely visible, makes other things visible by illuminating them...the forms are within the divine mind, and the intellectual light which renders them intelligible is a divine illumination within the human mind". Ibid. Page 30.
It is thus the intellectual light of the divine mind that enables human beings to acquire knowledge of the divine order, to follow the harmony of nature. In the darkness of the intellect,

in the confusion of the mind, there is disharmony, there is discord, there is alienation.

III

EXISTENTIALISM

The main concern of existentialist thinkers has been the problematic of individual human existence in the overall order of the universe. For SOREN KIERKEGAARD (1813-1855), the father of existentialism, "the truth, so far as it involves human existence, cannot be grasped by objective scrutiny or argument. These are certainly in place in mathematics and natural science. But they have no place in questions about how to live".

This statement of Kierkegaard is primarily a reaction to HEGEL (1770-1831) for whom there is a universal order which is logical, almost mechanistic. There are several stages in the history of mankind. At every stage, there is order but there also contradictions. In the historical process, these contradictions are logically transcended. Stuck in these contradictions man is alienated. When these contradictions are transcended, man is reintegrated in the universal system. The concepts of alienation and reintegration were emphasised so strongly for the first time in western philosophy by Hegel. But Hegel operated in an abstract world and his universe was based on an abstract Idea where individual existence did not play any significant role.

Soren Kierkegaard and later KARL MARX (1818-1883) were both heavily influenced by the Hegelian logic but they both reacted against him from their respective perspectives. For Kierkegaard, man is not at the mercy of mathematical logic. The truth of human existence is based in the revelation of the divine truth with Jesus Christ as its human manifestation. Human alienation is alienation due to a discord with the divine truth, the divine order. Following Augustine, Kierkegaard believes that God has invested in man the divine reason that can acquire divine knowledge. With this knowledge he overcomes worldly alienation and gets reintegrated in the divine order. The basic theme in Christianity is sufferance. Jesus Christ suffered for humanity. Every Christian has inherited this sufferance. This sufferance leads to alienation but it is also the source of the union of the human soul with the Supreme Soul. In this sufferance, the individual is lonely, in pain and anguish. There is a sense of helplessness and the absurd. But once the state of sufferance is transcended, there is happiness. The contradictions of life are not only materialistic, they are primarily spiritual.

As a logician, Karl Marx, like Kierkegaard, is Hegelian. But as opposed to Kierkegaardian spiritual quest, Marx believes in the materialist conception of history. For Marx, it is the materialist, capitalist system that alienates man from this universe. Marx operates within an anthropological universe. He is opposed both to Hegelian absolute Idea or cosmic order and to Kierkegaardian spiritualism. There is no place for individual predicament in the philosophy of Karl Marx.

Following the Neo-Platonic theory of recollection, found also in Augustine, Kierkegaard insists that the knowledge of the divine order is dormant in the human mind. We recall what we already know but have forgotten in a given situation. There is a definite relationship between human reason and truth. This reason does not function in Platonic or Hegelian way. It derives its source from divine revelation. The agony and despair of the alienated being is due to his estrangement from the divine order and divine revelation. For Kierekegaard, "Christianity is inwardness and inwardness is the relationship of the individual to himself before God and from this derives the kind of suffering which is involved in Christianity.

Christianity is a matter of suffering for the believer, for it is to grasp oneself before God where the demands of faith and action invade one's ordinary standards by their absurdity". (Ibid. page 511)

To be Christian is to suffer. Naturally, this sufferance is alien to both Hegel and Marx. Kierkegaard's sufferance is spiritual, inward, from within where alienation, despair and solitude are transcended with faith and divine reason. Hegel conceives this universe as a set of logical categories. The contradictions within a given period of the history of ideas are responsible for human alienation. For Marx, this alienation is governed by the material conception of the world. Under the capitalist system, the worker is alienated from the universe of his work which is his only universe.

Kierkegaard makes a theoretical distinction between the aesthetic and the ethical life in his book, EITHER/OR. (Ibid. page 512). The aesthetic order is the order of human will where man exercises his faculty of Choice between his independence in the aesthetic sphere or in the ethical order where the laws of religion and society dominate. Kierkegaard gives an example of the romantic relationship which is naturally unstable and full of contradictions and the ethical order of marriage which is stable but absurd. Man has to choose between the two. In both case there is a strong possibility of alienation and absurd ending. There is pain and suffering. In personal life, Kierkegaard broke away from his girl friend for the vocation of religious life but he did not get along with the Church either. He attacked the extreme rationality of Hegel, yet he remained a Hegelian logician all his life. He replaced the Hegelian logical categories with spiritual categories of inwardness. In the aesthetic order, he was alienated. In the ethical order there was no place for him.

In Hegelian terms, alienation and estrangement are defined as not being or not having or not knowing. These are the states of the being and can be overcome. Alienation (Entfremdung) and reunification (Aneignung) are opposing but correlative states. There is always a disequilibrium.

Kierkegaard also oscillates between these two states but they are not bound by the Hegelian rational system. For Kierkegaard, Christianity cannot be rationally justified. "To be a Christian is not to have reached a conclusion but to have made a Choice". (Ibid. page 514).

Kierkegaard's religion reduces the content of religion to a minimum. For him, Christianity consists in inwardness. He insists on the theme of the "original sin" that is beyond explanation. It leads to anguish, pain, suffering. It also forces man to chose between evil and good or between aesthetics and ethics. The state of mind is always oscillating. There is always a disequilibrium. This is existential dilemma and anguish.

KARL JASPERS (1883-1969) was inspired by Kierkegaardisn existentialist philosophy. He practiced psychological medicine. In his experiments, he realised that the medical psychology of his times in Europe did not provide all the answers to the state of patients' disorder. He found refuge in Kierkegaardian existentialism. Like Kierkegaard, he rejected outward systems and rationality. However, he admired positivism and thought that the philosophical reason as pursuit by the positivist thinkers solved his dilemmas. As a Protestant he completely secularised religion. In Kierkegaard, the outward religion was ignored. There was the notion of "inwardness" and faith. This was the certainty against all estrangement and alienation. Kierkegaard was following the Augustinian tradition. There was no such thing for Jaspers. He saw in Kierkegaard another philosophy, opposed to the extreme systematisation of Hegel. However, he did not realise that Kierkegaard never gave up the Hegelian notions of alienation and reunification. Only their interpretations, their causes and their solutions were different. For Kierkegaard, as for Saint Augustine, the human heart is restless until its rests in God. Ultimately, the discord

of the alienated heart leads to the rhythm and harmony of the reunified heart in the Supreme Being.
Kierkegaard was against Hegelian rationality and the logical categories of the universe. For him, the divine reason was "dormant" within man and with this reason he could acquire knowledge and the truth of life. This was his Augustinian Neo-Platonic legacy. Karl Jaspers did not grasp this Kierkegaardian hypothesis.

Whereas Karl Jasper's existential attitude is more secular, MARTIN HEIDEGGER (1889-1976) is more profoundly influenced by Kierkegaard. His understanding of anguish, angst, closely follows the conceptualisation of Kierkegaard.

"We do not exist only for the present moment, human existence is open towards the future. Anguish can be faced by retreating to the less than human anonymity of the one. The angst can be overcome by facing one's existence in its totality, and for human existence that is to face the fact of one's own death. Both conscience and guilt play their part in this existential realisation" (Ibid. page 518).

The human being is thus faced with the choice of authentic and inauthentic existence. In this anguish and solitude there is pain and sufferance. The meaningless, absurd existence is inauthentic. It is only in the deep consciousness and inward reflection that one can have some idea of the order of the universe. This is where Kierkegaard and Heidegger go in different directions. For Kierkegaard, reason alone is not enough. The absolute guarantee of authentic existence must be based on Faith in God, in His Revelation. Heidegger secularises this concept. He does not deny the existence of God but he never takes Him into account in his search for truth. He believes that

"He cannot escape an inauthentic, harassed and consumed existence except by continually living as one knows that he is going to die. The dread of death is the paramount realisation. This is the dread or the fear of Kierkegaard that Heidegger has outlined in his Dasein Ist Sorge" (Ibid. page 518).

JEAN-PAUL SARTRE (1905-1980) inherits Heideggerian categories of "being-in-itself" and "being-for-itself", in other words, the being of things and the being of people. There is a world within and a world without. In the existential world within, there is anxiety and anguish. The world without, the people, the classes, the middle class bourgeoisie lives an inauthentic life. This life is meaningless. It has no goal. Its future is full of anxieties. Augustine and Kierkegaard could overcome estrangement and alienation with the certitude of Faith. For Augustine, the heart was restless until it rested in God. For Kierkegaard, this faith was more abstract because he did not follow the norms of the established Church. This faith was already ambiguous. Jaspers secularised it further. As a Protestant, he did not have absolute certainty of the Catholic Faith. Heidegger went further. There was practically no mention of God though he did not want to be considered an atheist. With Jean-Paul Sartre there was no ambiguity. He was an atheist. There was no place for Faith or God in his existential quest. Hence, the solitude, the anguish, the alienation reached their limit. The present was absurd, without any significance. The life as lived by the bourgeoisie was inauthentic. As far as future was concerned, there no hope. Strangely enough, Sartre thought that his existentialism was complementary to Marxism. Obviously, Sartre's interpretation of Marxism did not please the orthodox Marxists. They could not reconcile with Sartrian extreme specificity of the individual. For them it was nothing but a bourgeois tendency and contrary to class struggle. Sartre, however, continued to be fellow traveller of the progressive movements of his times. As an existentialist philosopher independent of all political establishments, he could criticise any movement, right or left. In his personal life also, he always lived a rootless life without any attachment to family or property. His bohemian ways and his extreme activism in political undercurrents all over the world made him the most popular philosopher and literary figure of his times. Sartre accepts the Marxist interpretation that man is a product of his socio-economic conditions. In any given historical progression there are contradictions. These contradictions are resolved in the dialectic of the conflicts of classes. In Marxist ideology, the individual has no place. This is unacceptable to Sartre. In his most important works, *Being and Nothingness* and *Critique of Dialectical Reason*, Sartre insists on the obligation of Choice. For Sartre, man is "condemned" to choose. Man is responsible for his actions. What he can do and what he does normally is conditioned by circumstances. But as a Cartesian, the Sartrian man is a thinking being. To be is to think. This thinking and this reflecting must be independent. Man must think through his own existentialist path. Sartre also inherited the scientific temper of the Age of Enlightenment. The philosophers of this Age had already made man a rational being, independent of any religious or spiritual base. Thus the atheism of Sartre was already a historical fact of the progression of ideas of the enlightened Europe.

Rationality and science make man responsible for all his actions. When human life, especially the life of the bourgeois society, is found to be utterly meaningless with the absurd present and no hope in future, the alienation is complete. There is no exit. The being-in-itself and the being-for-itself both lose all existential significance.

THE DISCOURSE OF ALIENATION IN SOCIAL SCIENCES

In the religious discourse alienation is conceptualised as man's alienation from Nature or the Creator of Nature. It is an existentialist, individual experience of disharmony and discord with the cosmic universe. In this discourse, the human being aspires to be in tune with the cosmic rhythm, with cosmic harmony. We have already seen this phenomenon in Guru Nanak and Saint Augustine.

In social sciences the concept of alienation is primarily an affair of economic discrepancies. In Marxist terms, man is alienated, for he has no control or even participation in the means of production. He simply follows what is decided by the capitalist master. He has absolutely no role in the decision making process. He is simply a commodity. The social scientists in general are inspired by this Marxist concept of alienation.

Melvin Seeman, in his article, On the Meaning of Alienation, in Automation, Alienation, and Anomie, Harper and Row, New York, 1970, has discussed different versions of alienation as developed by the social scientists during the last century. He presents five types of alienation : powerlessness, meaninglessness, normlessness, isolation and self-estrangement. Powerlessness is the closest to the Marxist understanding. It has been developed further to include individual and social alienation. The individual begins to have some role as in the works of Weber. For Weber, the soldier is equally separated from the violence he is supposed to be engaged in. The same is true of the scientist from the means of enquiry and the civil servant from the means of administration. The conceptual framework is till Marxist but it has been enlarged to include workers in different fields. The classical Marxists insisted only on the worker in the factory and his wages. It emphasises the "expectancy or probability held by the individual that his own behaviour cannot determine the occurrence of the outcomes" (page 383). From a strictly economic concept we move on to a social-psychological view.

The concept of "meaninglessness" leads us further into the individual's psychic response. He is unable to find any meaning in what is going on around him. The prevalent ideology forces him to believe in all kinds of dictatorial commands. The social structure, the ethics, the norms of beliefs make the individual's life as meaningless or that is what he feels. It is not simply a qucstion of power relations in the Marxist sense, we are here in the domain of a certain existentialism in the social context where man is completely helpless and cannot understand what is going on. He considers his life as meaningless. With a new political or economic order a new rationality is presented which the individual cannot grasp. As a matter of fact he is not supposed to think or find meanings in what he is told to do or believe. He is simply supposed to adapt to the new order.

The theme of normlessness is due to Durkheim's description of "anomie". It refers to the conditions of normlessness. Generally the notion of normlessness refers to the breakdown of norms in the social system. It emphasises the social disorder. Already we move from the strictly economic deprivation of Marx to social conditions of society. When the social order changes, when the traditional values no more hold good for every individual, there is restlessness. The traditional norms of behaviour do no more set up the right and wrong of social behaviour. The individual is lost, not knowing what to follow, what to avoid. "Anomie is the sociological term in which common values have been submerged in the welter of private interests seeking satisfaction by virtually any means which are effective" (page 387).

It also refers to adaptation, conformity and deviance. "It may occur where the disciplining effect of collective standards has been weakened... It also implies that when there is imperfect coordination between the goals and means, there is alienation...The victims of this contradiction between the cultural emphasis on pecuniary ambition and the social bars to full opportunity are not always aware of the structural sources of their thwarted aspirations" (page 388).

The theme of "isolation" refers generally to the intellectual's isolation from the standard norms of society and culture. The thinking being feels isolated from his fellow citizens, for he wants to trace his own path. There is a certain disdain of the prevalent, the actual. "The alienated in the isolation sense are those who, like the intellectual, assign low reward value to goals or beliefs that are typically highly valued in the given society ... This adaptation (rebellion) leads men outside the environing social structure to envisage and seek to bring into being a new, that is to say, a greatly modified, social structure. It pre-supposes alienation from reigning goals and standards" (pp. 390-91).

The final theme of alienation in this framework is that of "self-estrangement". It is more existentialist than what is generally the concern of the social sciences. It refers more to the self awareness than to the socio-economic facts. It refers to a sort of self realisation that what a being is doing has no meaning, no fulfilment, no mental satisfaction. One works to earn enough money to feed the family, one does all the household chores to somehow keep the family going. There is no

existential engagement. There is only boredom. Life itself loses all significance. To live is to earn, to feed, to sustain.
After discussing these five types of alienation, one may refer to the more recent developments in this discourse of alienation. We have now the questions of race, gender and caste. Feminism, the human condition of the dalits, the colonised past are frequent themes in the present day discourse. In fact, whenever there is discrepancy of one type or anther, there is the awareness of alienation. It is an important concept to describe human condition in different historical times.

THE COSMIC VISION OF GURU NANAK

To follow the cosmic vision of Guru Nanak we begin with his composition, Japuji, which is considered to be the first and fundamental discourse of Guru Granth. In thirty-eight steps, *paurian*, Guru Nanak presents his cosmology, the cosmology of the universal, eternal Truth, in universal, eternal Time.

PRESENTATION OF THE TEXT

ੴ ਸਤਿ ਨਾਮੁ ਕਰਤਾ ਪੁਰਖੁ ਨਿਰਭਉ ਨਿਰਵੈਰੁ ਅਕਾਲ ਮੂਰਤਿ ਅਜੂਨੀ ਸੈਭੰ
ਗੁਰ ਪ੍ਰਸਾਦਿ ॥ ॥ ਜਪੁ ॥
ਆਦਿ ਸਚੁ ਜੁਗਾਦਿ ਸਚੁ ॥ ਹੈ ਭੀ ਸਚੁ ਨਾਨਕ ਹੋਸੀ ਭੀ ਸਚੁ ॥ ੧ ॥

There is but one unique Being, whose designation is Truth, who is the Creator, who is beyond fear or faction, who has no form, who is beyond birth or death, whose nature is meditated upon with the grace of the Guru.
There was Truth before the beginning of the Time, before the beginning of the beginning, that continued to prevail throughout the historical times. It is, it shall be in the absolute Future, beyond all Time and Space. In other words, before the creation of the *Brahmand*, the Cosmos, in the state of *arbad narbad thundukara*, in absolute darkness, in nothingness, in *shunya*, there was Truth. In different *yugas*, in different historical, anthropological times, this Truth

prevailed. When it will be all over, when there will be no Brahmand, this sublime Truth will continue to inhabit the cosmic universe.

This is how Guru Nanak defines his God, his Creator. This Being is Formless, beyond birth or death, that is, beyond Time or Space. This Being is universal and eternal. As such, it cannot be imagined as an anthropological being, as a person, in the image of a human being who must be born one day and die within a space of time. It is formless. It has no form, no body, no anthropological features or traits. With the grace of the Guru, human beings can meditate upon this Creator, this absolutely abstract entity. This meditation is obviously a human activity of reflection. It attempts to comprehend it in the domain of sublime Truth that saturates the whole cosmos, past, present and future.

ਸੋਚੈ ਸੋਚਿ ਨ ਹੋਵਈ ਜੇ ਸੋਚੀ ਲਖ ਵਾਰ ॥ ਚੁਪੈ ਚੁਪ ਨ ਹੋਵਈ ਜੇ ਲਾਇ ਰਹਾ ਲਿਵ ਤਾਰ ॥ ਭੁਖਿਆ ਭੁਖ ਨ ਉਤਰੀ ਜੇ ਬੰਨਾ ਪੁਰੀਆ ਭਾਰ ॥ ਸਹਸ ਸਿਆਣਪਾ ਲਖ ਹੋਹਿ ਤ ਇਕ ਨ ਚਲੈ ਨਾਲਿ ॥ ਕਿਵ ਸਚਿਆਰਾ ਹੋਈਐ ਕਿਵ ਕੂੜੈ ਤੁਟੈ ਪਾਲਿ ॥ ਹੁਕਮਿ ਰਜਾਈ ਚਲਣਾ ਨਾਨਕ ਲਿਖਿਆ ਨਾਲਿ ॥ ੧ ॥

One cannot arrive at this Truth by mere intellectual exercises, by the yogic austerities of remaining silent, by starving oneself, by clever chat, by the rituals of various religious sects. The wall of falsehood, of illusion, can be broken only by the Will of the Creator, by following the Cosmic Order.

It is the understanding of cosmic harmony, the cosmic rhythm, the cosmic union that can enable us to comprehend the mystery of this universe. Obviously, Guru Nanak does not believe in the yogic and other religious austerities and rituals to follow the divine order. The conceptual opposition is between truth and falsehood, reality and illusion. It cannot be resolved by mere physical exercises. It is a matter of understanding, meditation and reflection.

ਹੁਕਮੀ ਹੋਵਨਿ ਆਕਾਰ ਹੁਕਮੁ ਨ ਕਹਿਆ ਜਾਈ ॥ ਹੁਕਮੀ ਹੋਵਨਿ ਜੀਅ ਹੁਕਮਿ ਮਿਲੈ ਵਡਿਆਈ ॥ ਹੁਕਮੀ ਉਤਮੁ ਨੀਚੁ ਹੁਕਮਿ ਲਿਖਿ ਦੁਖ ਸੁਖ ਪਾਈਅਹਿ ॥ ਇਕਨਾ ਹੁਕਮੀ ਬਖਸੀਸ ਇਕਿ ਹੁਕਮੀ ਸਦਾ ਭਵਾਈਅਹਿ ॥ ਹੁਕਮੈ ਅੰਦਰਿ ਸਭੁ ਕੋ ਬਾਹਰਿ ਹੁਕਮ ਨ ਕੋਇ ॥ ਨਾਨਕ ਹੁਕਮੈ ਜੇ ਬੁਝੈ ਤ ਹਉਮੈ ਕਹੈ ਨ ਕੋਇ ॥ ੨ ॥

This cosmic order follows the Will of the Creator. This Will is in away, the Order, the Harmony of the cosmos. All *sukh* and *dukh*, all happiness and suffering, are due to this Will. There are those who are blessed, who enjoy the grace of the Creator. And, there are others who suffer for ever. The whole cosmos, anthropological or cosmological, has to follow this Order. Those who comprehend this Will do not brag. They follow this Order in humility and grace.

ਗਾਵੈ ਕੋ ਵਿਦਿਆ ਵਿਖਮੁ ਵੀਚਾਰੁ ॥ ਗਾਵੈ ਕੋ ਸਾਜਿ ਕਰੇ ਤਨੁ ਖੇਹ ॥ ਗਾਵੈ ਕੋ ਜੀਅ ਲੈ ਫਿਰਿ ਦੇਹ ॥ ਗਾਵੈ ਕੋ ਜਾਪੈ ਦਿਸੈ ਦੂਰਿ ॥ ਗਾਵੈ ਕੋ ਵੇਖੈ ਹਾਦਰਾ ਹਦੂਰਿ ॥ ਕਥਨਾ ਕਥੀ ਨ ਆਵੈ ਤੋਟਿ ॥ ਕਥਿ ਕਥਿ ਕਥੀ ਕੋਟੀ ਕੋਟਿ ਕੋਟਿ ॥ ਦੇਦਾ ਦੇ ਲੈਦੇ ਥਕਿ ਪਾਹਿ ॥ ਜੁਗਾ ਜੁਗੰਤਰਿ ਖਾਹੀ ਖਾਹਿ ॥ ਹੁਕਮੀ ਹੁਕਮੁ ਚਲਾਏ ਰਾਹੁ ॥ ਨਾਨਕ ਵਿਗਸੈ ਵੇਪਰਵਾਹੁ ॥ ੩ ॥

There are those who sing the praise of those who meditate and reflect, who use their intellect to comprehend the mystery of the universe. There are some who perceive the immediate divine presence, who are graced by the divine presence. This cosmic mystery cannot be articulated in words. There are already innumerable discourses which try to solve this puzzle, this riddle. They all get lost in the gymnastic of their utterances. Since eternity, this search has been going on. None has been able to comprehend this cosmic mystery. Only He who has created this universe knows His cosmology.

ਸਾਚਾ ਸਾਹਿਬੁ ਸਾਚੁ ਨਾਇ ਭਾਖਿਆ ਭਾਉ ਅਪਾਰੁ ॥ ਆਖਹਿ ਮੰਗਹਿ ਦੇਹਿ ਦੇਹਿ ਦਾਤਿ ਕਰੇ ਦਾਤਾਰੁ ॥ ਫੇਰਿ ਕਿ ਅਗੈ ਰਖੀਐ ਜਿਤੁ ਦਿਸੈ ਦਰਬਾਰੁ ॥ ਮੁਹੌਂ ਕਿ ਬੋਲਨੁ ਬੋਲੀਐ ਜਿਤੁ ਸੁਣਿ ਧਰੇ ਪਿਆਰੁ ॥ ਅੰਮ੍ਰਿਤ ਵੇਲਾ ਸਚੁ ਨਾਉ ਵਡਿਆਈ ਵਿਚਾਰੁ ॥ ਕਰਮੀ ਆਵੈ ਕਪੜਾ ਨਦਰੀ ਮੋਖੁ ਦੁਆਰੁ

॥ ਨਾਨਕ ਏਵੈ ਜਾਣੀਐ ਸਭੁ ਆਪੇ ਸਚਿਆਰੁ ॥ ੪ ॥

The True Lord, with Truth as His designation, is beyond all articulation, beyond all comprehension. His charity, His benevolence is eternal. Those who seek are also beyond any count. What can we offer in His audience. It is the words of love, of affection and sincerity that can be offered as our gift. It is at dawn, in the early hours of the morning, that one offers these prayers. Guru Nanak believes that due to good deeds, due to the grace of God, one acquires this human body. This is our chance to redeem ourselves. It is the discourse of Truth that enables a human being to comprehend the divine knowledge, the divine cosmos.

ਥਾਪਿਆ ਨ ਜਾਇ ਕੀਤਾ ਨ ਹੋਇ ॥ ਆਪੇ ਆਪਿ ਨਿਰੰਜਨੁ ਸੋਇ ॥ ਜਿਨਿ ਸੇਵਿਆ ਤਿਨਿ ਪਾਇਆ ਮਾਨੁ ॥ ਨਾਨਕ ਗਾਵੀਐ ਗੁਣੀ ਨਿਧਾਨੁ ॥ ਗਾਵੀਐ ਸੁਣੀਐ ਮਨਿ ਰਖੀਐ ਭਾਉ ॥ ਦੁਖੁ ਪਰਹਰਿ ਸੁਖੁ ਘਰਿ ਲੈ ਜਾਇ ॥ ਗੁਰਮੁਖਿ ਨਾਦੰ ਗੁਰਮੁਖਿ ਵੇਦੰ ਗੁਰਮੁਖਿ ਰਹਿਆ ਸਮਾਈ ॥ ਗੁਰੁ ਈਸਰੁ ਗੁਰੁ ਗੋਰਖੁ ਬਰਮਾ ਗੁਰੁ ਪਾਰਬਤੀ ਮਾਈ ॥ ਜੇ ਹਉ ਜਾਣਾ ਆਖਾ ਨਾਹੀ ਕਹਣਾ ਕਥਨੁ ਨ ਜਾਈ ॥ ਗੁਰਾ ਇਕ ਦੇਹਿ ਬੁਝਾਈ ॥ ਸਭਨਾ ਜੀਆ ਕਾ ਇਕੁ ਦਾਤਾ ਸੋ ਮੈ ਵਿਸਰਿ ਨ ਜਾਈ ॥ ੫ ॥

The Creator is self created, self grown. It cannot have any other actor. Whosoever meditates on His nature, on His culture, is honoured. He acquires all the treasures of this world. To sing His praise, to listen in His rhythm and reason leads to peace and prosperity. The Gurmukh, the one who follows his Guru, his teachings, his discourse, can comprehend the harmony of this universe. The Guru is Ishwar, Gorakh, Brahma, all the gods and sages. The Guru embodies in himself the learning, the wisdom of the sacred texts. In the reflections of the Guru, the disciple follows the Truth of this cosmic universe. Once the disciple understands this discourse of the Guru, he acquires the Truth of the True Lord. He lives in Truth. He follows the True Word. The Guru has explained the cosmic mystery. There is but one unique

Creator. He must not be forgotten.

ਤੀਰਥਿ ਨਾਵਾ ਜੇ ਤਿਸੁ ਭਾਵਾ ਵਿਣੁ ਭਾਣੇ ਕਿ ਨਾਇ ਕਰੀ ॥ ਜੇਤੀ ਸਿਰਠਿ ਉਪਾਈ ਵੇਖਾ ਵਿਣੁ ਕਰਮਾ ਕਿ ਮਿਲੈ ਲਈ ॥ ਮਤਿ ਵਿਚਿ ਰਤਨ ਜਵਾਹਰ ਮਾਣਿਕ ਜੇ ਇਕ ਗੁਰ ਕੀ ਸਿਖ ਸੁਣੀ ॥ ਗੁਰਾ ਇਕ ਦੇਹਿ ਬੁਝਾਈ ॥ ਸਭਨਾ ਜੀਆ ਕਾ ਇਕੁ ਦਾਤਾ ਸੋ ਮੈ ਵਿਸਰਿ ਨ ਜਾਈ ॥ ੬ ॥

Going to pilgrimages, taking holy baths, makes sense only if the disciple follows the teachings of the Guru. Nothing helps the helpless disciple if it is not destined to be. The good deeds and sincere reflections on the harmony and nature of the cosmos can only lead to salvation. If the disciple follows the discourse of the Guru, there are pearls and diamonds in his thought and mind. The Guru has explained the cosmic mystery of the universe, it must not be forgotten. It must not be taken lightly. It must be the guiding star of the disciple.

ਜੇ ਜੁਗ ਚਾਰੇ ਆਰਜਾ ਹੋਰ ਦਸੂਣੀ ਹੋਇ ॥ ਨਵਾ ਖੰਡਾ ਵਿਚਿ ਜਾਣੀਐ ਨਾਲਿ ਚਲੈ ਸਭੁ ਕੋਇ ॥ ਚੰਗਾ ਨਾਉ ਰਖਾਇ ਕੈ ਜਸੁ ਕੀਰਤਿ ਜਗਿ ਲੇਇ ॥ ਜੇ ਤਿਸੁ ਨਦਰਿ ਨ ਆਵਈ ਤ ਵਾਤ ਨ ਪੁਛੈ ਕੇ ॥ ਕੀਟਾ ਅੰਦਰਿ ਕੀਟੁ ਕਰਿ ਦੋਸੀ ਦੋਸੁ ਧਰੇ ॥ ਨਾਨਕ ਨਿਰਗੁਣਿ ਗੁਣੁ ਕਰੇ ਗੁਣਵੰਤਿਆ ਗੁਣੁ ਦੇ ॥ ਤੇਹਾ ਕੋਇ ਨ ਸੁਝਈ ਜਿ ਤਿਸੁ ਗੁਣੁ ਕੋਇ ਕਰੇ ॥ ੭ ॥

If one lives for four ages and his life is extended even more, if he is known in nine regions and all follow his hold, if he is famous all over and all praise his bounty, he will amount to nothing if he is not blessed by his Creator. He will be just an insect, a good for nothing, stuck in the mire and dirt of bad deeds and depression. Only the grace of the Creator can pull this miserable creature out of misery and misfortune. Only the Creator can transform the sinner into a saint. There is none who can add anything to the being of the Creator. One cannot even imagine a being who can add to His bounty and benevolence.

ਸੁਣਿਐ ਸਿਧ ਪੀਰ ਸੁਰਿ ਨਾਥ ॥ ਸੁਣਿਐ ਧਰਤਿ ਧਵਲ ਆਕਾਸ ॥ ਸੁਣਿਐ ਦੀਪ ਲੋਅ ਪਾਤਾਲ ॥ ਸੁਣਿਐ ਪੋਹਿ ਨ ਸਕੈ ਕਾਲੁ ॥ ਨਾਨਕ ਭਗਤਾ ਸਦਾ ਵਿਗਾਸੁ ॥ ਸੁਣਿਐ ਦੂਖ ਪਾਪ ਕਾ ਨਾਸੁ ॥ ੮ ॥

Listening in leads to the status of the sages, *sidh, pir, surnath.* Listening in leads to the knowledge of this and the other world, of the earth and the sky, of the whole cosmos. Listening in leads to the knowledge of the underworld, of the lights of the universe. Listening in leads to the eradication of all misery and suffering. The listeners, the sages, are ever blessed by the Creator. The emphasis is on meditation and listening in to the divine word, the divine discourse. The comprehension of the mysteries of the cosmos leads to happiness and peace of mind and spirit.

ਸੁਣਿਐ ਈਸਰੁ ਬਰਮਾ ਇੰਦੁ ॥ ਸੁਣਿਐ ਮੁਖਿ ਸਾਲਾਹਣ ਮੰਦੁ ॥ ਸੁਣਿਐ ਜੋਗ ਜੁਗਤਿ ਤਨਿ ਭੇਦ ॥ ਸੁਣਿਐ ਸਾਸਤ ਸਿਮ੍ਰਿਤਿ ਵੇਦ ॥ ਨਾਨਕ ਭਗਤਾ ਸਦਾ ਵਿਗਾਸੁ ॥ ਸੁਣਿਐ ਦੂਖ ਪਾਪ ਕਾ ਨਾਸੁ ॥ ੯ ॥

Listening in leads the devotee to the status of the gods, *isar, barmah, ind.* Listening in leads to the comprehension of the secrets of the cosmos. Listening in leads to the knowledge of the yogic mysteries of body and mind. Listening in leads to the knowledge of the sacred texts of *Vedas and simrities.* Listening in renders grace and blessing to the devotees. Listening in leads to happiness and bliss. Listening in iradicates all suffering and miseries. Listening in is the real meditation and reflection on the rhythm and harmony of the cosmos. This listening in leads to the proper knowledge and understanding of anthropological and cosmological Truth.

ਸੁਣਿਐ ਸਤੁ ਸੰਤੋਖੁ ਗਿਆਨੁ ॥ ਸੁਣਿਐ ਅਠਸਠਿ ਕਾ ਇਸਨਾਨੁ ॥ ਸੁਣਿਐ ਪੜਿ ਪੜਿ ਪਾਵਹਿ ਮਾਨੁ ॥ ਸੁਣਿਐ ਲਾਗੈ ਸਹਜਿ ਧਿਆਨੁ ॥ ਨਾਨਕ ਭਗਤਾ ਸਦਾ ਵਿਗਾਸੁ ॥ ਸੁਣਿਐ ਦੂਖ ਪਾਪ ਕਾ ਨਾਸੁ ॥ ੧੦ ॥

Listening in leads to the life of truth, wisdom and knowledge. Listening in leads to the holy dips in the sacred waters. Listening in leads to the understanding of divine discourses. Listening in leads to divine meditation and reflection. Listening in leads the devotees to happiness and bliss. Listening in leads to the eradication of all sins and suffering. These compositions on the signification of *listening in* emphasize the mental exercise of meditation and reflection as opposed to the ritual ceremonial readings of the sacred texts. It is an internal affair of reflection, of attempting to understand that cannot be understood by external physical exercises which were so prevalent during the times of Guru Nanak.

ਸੁਣਿਐ ਸਰਾ ਗੁਣਾ ਕੇ ਗਾਹ ॥ ਸੁਣਿਐ ਸੇਖ ਪੀਰ ਪਾਤਿਸਾਹ ॥ ਸੁਣਿਐ ਅੰਧੇ ਪਾਵਹਿ ਰਾਹੁ ॥ ਸੁਣਿਐ ਹਾਥ ਹੋਵੈ ਅਸਗਾਹੁ ॥ ਨਾਨਕ ਭਗਤਾ ਸਦਾ ਵਿਗਾਸੁ ॥ ਸੁਣਿਐ ਦੂਖ ਪਾਪ ਕਾ ਨਾਸੁ ॥ ੧੧ ॥

Listening in leads to the right path, the path of truth and wisdom. Listening in leads to the status of *sheikh, pir, patsah.* Listening in leads even the blind to the righteous path. Listening in leads the devotees to a life of steady serenity. Listening in leads the devotees to a life of bliss and grace. Listening in leads to the eradication of all sin and suffering. Listening in refers to meditation and reflection on the Truth of the True Lord, the Creator. The Creator has no form or figure. There is no birth or death. There is no space or time. Hence, the meditation and reflection of the seeker after Truth can only be an exercise in the domain of imaginaire for the conceptual construction of pure and abstract forms.

ਮੰਨੇ ਕੀ ਗਤਿ ਕਹੀ ਨ ਜਾਇ ॥ ਜੇ ਕੋ ਕਹੈ ਪਿਛੈ ਪਛੁਤਾਇ ॥ ਕਾਗਦਿ ਕਲਮ ਨ ਲਿਖਣਹਾਰੁ ॥ ਮੰਨੇ ਕਾ ਬਹਿ ਕਰਨਿ ਵੀਚਾਰੁ ॥ ਐਸਾ ਨਾਮੁ ਨਿਰੰਜਨੁ ਹੋਇ ॥ ਜੇ ਕੋ ਮੰਨਿ ਜਾਣੈ ਮਨਿ

ਕੋਇ ॥ ੧੨ ॥

After listening in, we have some compositions on the theme of believing in. One cannot properly articulate the discourse of believing in. One who tries to express his thoughts on this subject regrets his words. To believe in or to have faith is beyond all description. It is not a matter of following some prescribed order. It is a matter of realizing the divine rhythm of faith in the cosmic order. In a way, it is a matter of understanding and comprehension. The mind that is able to follow the rhythm of this belief follows the sublime contour of the divine discourse.

ਮੰਨੈ ਸੁਰਤਿ ਹੋਵੈ ਮਨਿ ਬੁਧਿ ॥ ਮੰਨੈ ਸਗਲ ਭਵਣ ਕੀ ਸੁਧਿ ॥ ਮੰਨੈ ਮੁਹਿ ਚੋਟਾ ਨਾ ਖਾਇ ॥ ਮੰਨੈ ਜਮ ਕੈ ਸਾਥਿ ਨ ਜਾਇ ॥ ਐਸਾ ਨਾਮੁ ਨਿਰੰਜਨੁ ਹੋਇ ॥ ਜੇ ਕੋ ਮੰਨਿ ਜਾਣੈ ਮਨਿ ਕੋਇ ॥ ੧੩ ॥

Faith leads to the knowledge of the cosmos. Faith leads to the comprehension of the divine order. Faith surmounts all obstacles. Faith surmounts death and destruction. A believer acquires purity of thought. Faith leads to the fellowship of believers. Faith leads to the knowledge of the divine Truth, the Truth of the anthropological as well as cosmological world.

ਮੰਨੈ ਮਾਰਗਿ ਠਾਕ ਨ ਪਾਇ ॥ ਮੰਨੈ ਪਤਿ ਸਿਉ ਪਰਗਟੁ ਜਾਇ ॥ ਮੰਨੈ ਮਗੁ ਨ ਚਲੈ ਪੰਥੁ ॥ ਮੰਨੈ ਧਰਮ ਸੇਤੀ ਸਨਬੰਧੁ ॥ ਐਸਾ ਨਾਮੁ ਨਿਰੰਜਨੁ ਹੋਇ ॥ ਜੇ ਕੋ ਮੰਨਿ ਜਾਣੈ ਮਨਿ ਕੋਇ ॥ ੧੪ ॥

The believer is always on the righteous path. The believer is honoured in the divine presence. The believer follows the path of true religion, of pious life. Such a believer is pure in thought and deed. Such a believer lives in faith and fortitude.

ਮੰਨੈ ਪਾਵਹਿ ਮੋਖੁ ਦੁਆਰੁ ॥ ਮੰਨੈ ਪਰਵਾਰੈ ਸਾਧਾਰੁ ॥ ਮੰਨੈ ਤਰੈ ਤਾਰੇ ਗੁਰੁ ਸਿਖ ॥ ਮੰਨੈ ਨਾਨਕ ਭਵਹਿ ਨ ਭਿਖ ॥ ਜੇ ਕੋ ਮੰਨਿ ਜਾਣੈ ਮਨਿ ਕੋਇ ॥ਐਸਾ ਨਾਮੁ ਨਿਰੰਜਨੁ ਹੋਇ ॥ ੧੫ ॥

The believer acquires salvation. The believer saves himself and his family, his followers. The believer crosses the river of suffering with divine grace. The believer never fails in his righteous path. Such a believer is pure in thought and deed. Such a believer lives in faith and fortitude.
Listening in and believing in are two internal exercises of the mind. These are not the physical exercises prescribed in the religious orders who believe in acquiring powers of miracles. Guru Nanak emphasizes again and again that the physical austerities do not lead to the divine, righteous path. They deceive the general populace in believing in false divine acts. Listening in and believing in are exercises in meditation and reflection. They lead to the proper comprehension of the cosmic order.

ਪੰਚ ਪਰਵਾਣ ਪੰਚ ਪਰਧਾਨੁ ॥ ਪੰਚੇ ਪਾਵਹਿ ਦਰਗਹਿ ਮਾਨੁ ॥ ਪੰਚੇ ਸੋਹਹਿ ਦਰਿ ਰਾਜਾਨੁ ॥ ਪੰਚਾ ਕਾ ਗੁਰੁ ਏਕੁ ਧਿਆਨੁ ॥ ਜੇ ਕੋ ਕਹੈ ਕਰੈ ਵਿਚਾਰੁ ॥ ਕਰਤੇ ਕੈ ਕਰਣੈ ਨਾਹੀ ਸੁਮਾਰੁ ॥ ਧੌਲੁ ਧਰਮੁ ਦਇਆ ਕਾ ਪੂਤੁ ॥ ਸੰਤੋਖੁ ਥਾਪਿ ਰਖਿਆ ਜਿਨਿ ਸੂਤਿ ॥ ਜੇ ਕੋ ਬੁਝੈ ਹੋਵੈ ਸਚਿਆਰੁ ॥ ਧਵਲੈ ਉਪਰਿ ਕੇਤਾ ਭਾਰੁ ॥ ਧਰਤੀ ਹੋਰੁ ਪਰੈ ਹੋਰੁ ਹੋਰੁ ॥ ਤਿਸ ਤੇ ਭਾਰੁ ਤਲੈ ਕਵਣੁ ਜੋਰੁ ॥ ਜੀਅ ਜਾਤਿ ਰੰਗਾ ਕੇ ਨਾਵ ॥ ਸਭਨਾ ਲਿਖਿਆ ਵੁੜੀ ਕਲਾਮ ॥ ਏਹੁ ਲੇਖਾ ਲਿਖਿ ਜਾਣੈ ਕੋਇ ॥ ਲੇਖਾ ਲਿਖਿਆ ਕੇਤਾ ਹੋਇ ॥ ਕੇਤਾ ਤਾਣੁ ਸੁਆਲਿਹੁ ਰੂਪੁ ॥ ਕੇਤੀ ਦਾਤਿ ਜਾਣੈ ਕੌਣੁ ਕੂਤੁ ॥ ਕੀਤਾ ਪਸਾਉ ਏਕੋ ਕਵਾਉ ॥ ਤਿਸ ਤੇ ਹੋਏ ਲਖ ਦਰੀਆਉ ॥ ਕੁਦਰਤਿ ਕਵਣ ਕਹਾ ਵੀਚਾਰੁ ॥ ਵਾਰਿਆ ਨ ਜਾਵਾ ਏਕ ਵਾਰ ॥ ਜੋ ਤੁਧੁ ਭਾਵੈ ਸਾਈ ਭਲੀ ਕਾਰ ॥ ਤੂ ਸਦਾ ਸਲਾਮਤਿ ਨਿਰੰਕਾਰ ॥ ੧੬ ॥

This composition is a discourse on the origin and the creation of the universe, the *brahmand.* There are five sages who reflect upon this divine act, the act of the creation of the cosmos. They are honoured in the divine presence. They sit in the assembly of the chosen few. They meditate and reflect on the discourse of the Guru. They try to fathom the expanse and the depth of this creation. One cannot estimate the limit of this vast creation. It is beyond all projection. In the traditional mythological discourse, this earth is held on the horns of a bull. For Guru Nanak, this bull is nothing but the cosmic order where divine discipline and balance of body and mind are significant. Only a seeker after the cosmic truth can comprehend this mystery. There is no limit to the extension of this earth. There is no limit to the weight of this earth. There is all kind of life and vegetation. None can comprehend this unlimited creation. In the beginning was nothing but one unique Creator. With one divine Word, the divine Utterance, it all came to be. All earths and heavens were created. It leads to the flow of waters, to the creation of life and nature. Whatever follows the cosmic order is destined to construction and destruction. The Creator alone is eternal. The Creator is *nirankar*, the formless.

It is important to note here that in this religious discourse, the anthropological and the cosmological, are dialectically interrelated. On the one hand, the Creator is *nirankar*, without any form or figure, on the other, there is a sort of a personification, as an actor, as an agent of creation. In this formless form, we have the concepts of prayer and devotion. Obviously, *nirankar* is a conceptual construct constituted in the domain of imaginaire. It is a form, but a pure abstract form, beyond time or space, beyond birth or death, only to be conceptualized in meditation and reflection.

ਅਸੰਖ ਜਪ ਅਸੰਖ ਭਾਉ ॥ ਅਸੰਖ ਪੂਜਾ ਅਸੰਖ ਤਪ ਤਾਉ ॥ ਅਸੰਖ ਗਰੰਥ ਮੁਖਿ ਵੇਦ ਪਾਠ ॥ ਅਸੰਖ ਜੋਗ ਮਨਿ ਰਹਹਿ ਉਦਾਸ ॥ ਅਸੰਖ ਭਗਤ ਗੁਣ ਗਿਆਨ ਵੀਚਾਰ ॥ ਅਸੰਖ ਸਤੀ ਅਸੰਖ ਦਾਤਾਰ ॥ ਅਸੰਖ ਸੂਰ ਮੁਹ ਭਖ ਸਾਰ ॥ ਅਸੰਖ ਮੋਨਿ ਲਿਵ ਲਾਇ ਤਾਰ ॥ ਕੁਦਰਤਿ ਕਵਣ ਕਹਾ ਵਿਚਾਰੁ ॥ ਵਾਰਿਆ ਨ ਜਾਵਾ ਏਕ ਵਾਰ ॥ ਜੋ ਤੁਧੁ ਭਾਵੈ ਸਾਈ ਭਲੀ ਕਾਰ ॥ ਤੂ ਸਦਾ ਸਲਾਮਤਿ ਨਿਰੰਕਾਰ ॥ ੧੭ ॥

There are innumerable persons who meditate and reflect. There are innumerable persons who are engaged in all kinds of worships and ceremonies. There are innumerable persons who recite the sacred texts. There are innumerable persons who are engaged in yogic exercises. There are innumerable persons who ponder over the mysteries of the cosmos. There are innumerable ascetics, innumerable charities. There are innumerable warriors and great fighters. There are innumerable persons who have taken vows to remain silent for ever, to perform austerities. One cannot describe all these formal activities. The divine nature is beyond all description, beyond all wonders. What the Nirankar, the formless, the eternal, wills, happens.

This is the discourse of the most wonderful nature of the divine cosmos. In different religions, different sects, different ascetics, perform physical exercises to comprehend the eternal discourse of the divine cosmos. These are all physical exercises. They are based on superstitions. They cannot lead to the comprehension, to the true understanding of the divine order. The eternal and universal Truth of the True Nirankar is the real discourse of the cosmos. It is beyond all time and space, all birth and death, all decay and destruction. It is conceptualized in the cosmic vision of the Guru.

ਅਸੰਖ ਮੂਰਖ ਅੰਧ ਘੋਰ ॥ ਅਸੰਖ ਚੋਰ ਹਰਾਮਖੋਰ ॥ ਅਸੰਖ ਅਮਰ ਕਰਿ ਜਾਹਿ ਜੋਰ ॥ ਅਸੰਖ ਗਲਵਢ ਹਤਿਆ ਕਮਾਹਿ ॥ ਅਸੰਖ ਪਾਪੀ ਪਾਪੁ ਕਰਿ ਜਾਹਿ ॥ ਅਸੰਖ ਕੂੜਿਆਰ ਕੂੜੇ ਫਿਰਾਹਿ ॥ ਅਸੰਖ ਮਲੇਛ ਮਲੁ ਭਖਿ ਖਾਹਿ ॥ ਅਸੰਖ ਨਿੰਦਕ ਸਿਰਿ ਕਰਹਿ ਭਾਰੁ ॥ ਨਾਨਕੁ ਨੀਚੁ ਕਹੈ ਵਿਚਾਰੁ ॥ ਵਾਰਿਆ ਨ ਜਾਵਾ ਏਕ ਵਾਰ ॥ ਜੋ ਤੁਧੁ ਭਾਵੈ ਸਾਈ ਭਲੀ ਕਾਰ ॥ ਤੂ ਸਦਾ ਸਲਾਮਤਿ ਨਿਰੰਕਾਰ ॥ ੧੮ ॥

There are innumerable fools and ignorant. There are innumerable thieves who loot and plunder. There are innumerable persons who believe in their physical, arrogant strength. There are innumerable brutes who kill and destroy. There are innumerable sinners. There are innumerable persons who rot in corrupt practices, in dirt and delusion. There are innumerable critics whose envy and jealousy knows no bound. The Guru describes the utter rotten state of the social, anthropological world. The divine discourse is forgotten. The eternal Truth of the True Lord, the Nirankar, the formless cosmos, is beyond the meditation and reflection of the anthropological order.

ਅਸੰਖ ਨਾਵ ਅਸੰਖ ਥਾਵ ॥ ਅਗੰਮ ਅਗੰਮ ਅਸੰਖ ਲੋਅ ॥ ਅਸੰਖ ਕਹਹਿ ਸਿਰਿ ਭਾਰੁ ਹੋਇ ॥ ਅਖਰੀ ਨਾਮੁ ਅਖਰੀ ਸਾਲਾਹ ॥ ਅਖਰੀ ਗਿਆਨੁ ਗੀਤ ਗੁਣ ਗਾਹ ॥ ਅਖਰੀ ਲਿਖਣੁ ਬੋਲਣੁ ਬਾਣਿ ॥ ਅਖਰਾ ਸਿਰਿ ਸੰਜੋਗੁ ਵਖਾਣਿ ॥ ਜਿਨਿ ਏਹਿ ਲਿਖੇ ਤਿਸੁ ਸਿਰਿ ਨਾਹਿ ॥ ਜਿਵ ਫੁਰਮਾਏ ਤਿਵ ਤਿਵ ਪਾਹਿ ॥ ਜੇਤਾ ਕੀਤਾ ਤੇਤਾ ਨਾਉ ॥ ਵਿਣੁ ਨਾਵੈ ਨਾਹੀ ਕੋ ਥਾਉ ॥ ਕੁਦਰਤਿ ਕਵਣ ਕਹਾ ਵੀਚਾਰੁ ॥ ਵਾਰਿਆ ਨ ਜਾਵਾ ਏਕ ਵਾਰ ॥ ਜੋ ਤੁਧੁ ਭਾਵੈ ਸਾਈ ਭਲੀ ਕਾਰ ॥ ਤੂ ਸਦਾ ਸਲਾਮਤਿ ਨਿਰੰਕਾਰ ॥ ੧੯ ॥

There are innumerable designations and places. There are innumerable mysteries and lights. The more one describes, the more ignorant one becomes. With words, we praise, we appreciate. With words, we think, we acquire knowledge. With words, we articulate the cosmic discourse. With words, there is union, there is separation. The one who writes, who articulates this discourse, is lost in these marvellous words. Ultimately, the Will of the Creator prevails. As the divine word is uttered, so it is realized. The creation follows the cosmic word. This nature is beyond all description. The Will of the Creator, of Nirankar, the formless, establishes the Cosmic Order.

ਭਰੀਐ ਹਥੁ ਪੈਰੁ ਤਨੁ ਦੇਹ ॥ ਪਾਣੀ ਧੋਤੈ ਉਤਰਸੁ ਖੇਹ ॥ ਮੂਤ ਪਲੀਤੀ ਕਪੜੁ ਹੋਇ ॥ ਦੇ ਸਾਬੂਣੁ ਲਈਐ ਓਹੁ ਧੋਇ ॥ ਭਰੀਐ ਮਤਿ ਪਾਪਾ ਕੈ ਸੰਗਿ ॥ ਓਹੁ ਧੋਪੈ ਨਾਵੈ ਕੈ ਰੰਗਿ ॥ ਪੁੰਨੀ ਪਾਪੀ ਆਖਣੁ ਨਾਹਿ ॥ ਕਰਿ ਕਰਿ ਕਰਣਾ ਲਿਖਿ ਲੈ ਜਾਹੁ ॥ ਆਪੇ ਬੀਜਿ ਆਪੇ ਹੀ ਖਾਹੁ ॥ ਨਾਨਕ ਹੁਕਮੀ ਆਵਹੁ ਜਾਹੁ ॥ ੨੦ ॥

When our hands and feet are dirty, they are washed with water. When our clothes are dirty, they are washed with soap. When we are drenched in sin, we are cleansed with meditation and reflection. There are innumerable sinners and saints. They are beyond human description. They are beyond all count. As one sows, so one reaps. Deeds and rewards go together. As the Creator wills, so is there advent and end, so the anthropological and cosmological universe follows the divine order.

ਤੀਰਥੁ ਤਪੁ ਦਇਆ ਦਤੁ ਦਾਨੁ ॥ ਜੇ ਕੋ ਪਾਵੈ ਤਿਲ ਕਾ ਮਾਨੁ ॥ ਸੁਣਿਆ ਮੰਨਿਆ ਮਨਿ ਕੀਤਾ ਭਾਉ ॥ ਅੰਤਰਗਤਿ ਤੀਰਥਿ ਮਲਿ ਨਾਉ ॥ ਸਭਿ ਗੁਣ ਤੇਰੇ ਮੈ ਨਾਹੀ ਕੋਇ ॥ ਵਿਣੁ ਗੁਣ ਕੀਤੇ ਭਗਤਿ ਨ ਹੋਇ ॥ ਸੁਅਸਤਿ ਆਥਿ ਬਾਣੀ ਬਰਮਾਉ ॥ ਸਤਿ ਸੁਹਾਣੁ ਸਦਾ ਮਨਿ ਚਾਉ ॥ ਕਵਣੁ ਸੁ ਵੇਲਾ ਵਖਤੁ ਕਵਣੁ ਕਵਣ ਥਿਤਿ ਕਵਣੁ ਵਾਰੁ ॥ ਕਵਣਿ ਸਿ ਰੁਤੀ ਮਾਹੁ ਕਵਣੁ ਜਿਤੁ ਹੋਆ ਆਕਾਰੁ ॥ ਵੇਲ ਨ ਪਾਈਆ ਪੰਡਤੀ ਜਿ ਹੋਵੈ ਲੇਖੁ ਪੁਰਾਣੁ ॥ ਵਖਤੁ ਨ ਪਾਇਓ ਕਾਦੀਆ ਜਿ ਲਿਖਨਿ ਲੇਖੁ ਕੁਰਾਣੁ ॥ ਥਿਤਿ ਵਾਰੁ ਨਾ ਜੋਗੀ ਜਾਣੈ ਰੁਤਿ ਮਾਹੁ ਨਾ ਕੋਈ ॥ ਜਾ ਕਰਤਾ ਸਿਰਠੀ ਕਉ ਸਾਜੇ ਆਪੇ ਜਾਣੈ ਸੋਈ ॥ ਕਿਵ ਕਰਿ ਆਖਾ ਕਿਵ ਸਾਲਾਹੀ ਕਿਉ ਵਰਨੀ ਕਿਵ ਜਾਣਾ ॥ ਨਾਨਕ ਆਖਣਿ ਸਭੁ ਕੋ ਆਖੈ ਇਕ ਦੂ ਇਕੁ ਸਿਆਣਾ ॥ ਵਡਾ ਸਾਹਿਬੁ ਵਡੀ ਨਾਈ ਕੀਤਾ ਜਾ ਕਾ ਹੋਵੈ ॥ ਨਾਨਕ ਜੇ ਕੋ ਆਪੌ ਜਾਣੈ ਅਗੈ ਗਇਆ ਨ ਸੋਹੈ ॥ ੨੧ ॥

There are pilgrimages, ceremonies and charities. There are religious acts to earn respect and honour. What really matters is listening in and believing in the cosmic rhythms. The real pilgrimages are the cleansing of the inner self with meditation and reflection. All virtues belong to the Creator. Without the divine grace nothing can be achieved. The Word of the Creator enlightens the devotee. The seeker rejoices in the divine light of the cosmic Truth.

What was the time, the day, the month when it all came to be, when this wonderful Nature was created, when this formless matter acquired a form? The Brahmins, the Qazis could not locate the hour of creation in their sacred books. The yogi has no idea when this cosmos was created. Only the One who created this universe knows the hour of its creation. How can the devotee comprehend this mystery? How can he understand the secrets of divine acts? There are those who claim to know everything, who show their ignorance as the knowledge of the divine acts. They are the self-appointed wise men of society. They are the false priests who deceive ordinary people. Only those who meditate and reflect on the Truth of the True Creator can follow the divine order. They are humble. They do not pretend to know anything. The divine knowledge is beyond all human exercises. The superstitious rituals and charities from ill-gotten wealth cannot lead to the righteous path.

ਪਾਤਾਲਾ ਪਾਤਾਲ ਲਖ ਆਗਾਸਾ ਆਗਾਸ ॥ ਓੜਕ ਓੜਕ ਭਾਲਿ ਥਕੇ ਵੇਦ ਕਹਨਿ ਇਕ ਵਾਤ ॥ ਸਹਸ ਅਠਾਰਹ ਕਹਨਿ ਕਤੇਬਾ ਅਸੁਲੂ ਇਕੁ ਧਾਤੁ ॥ ਲੇਖਾ ਹੋਇ ਤ ਲਿਖੀਐ ਲੇਖੈ ਹੋਇ ਵਿਣਾਸੁ ॥ ਨਾਨਕ ਵਡਾ ਆਖੀਐ ਆਪੇ ਜਾਣੈ ਆਪੁ ॥ ੨੨ ॥

The description of the divine creation continues. There are millions of skies and the underworlds. The Vedas attempted to comprehend this mystery but could not arrive at any right knowledge. Thousands of religious texts attempted to describe the creativity of the Creator. None could fathom the depths of this vast cosmos. Only the One who has created this cosmos can be in tune with the divine rhythms. The Creator is formless, beyond birth and death, beyond time and space. Hence, no human articulation can present the divine Truth, the secrets of divine creation.

ਸਾਲਾਹੀ ਸਾਲਾਹਿ ਏਤੀ ਸੁਰਤਿ ਨ ਪਾਈਆ ॥ ਨਦੀਆ ਅਤੈ ਵਾਹ ਪਵਹਿ ਸਮੁੰਦਿ ਨ ਜਾਣੀਅਹਿ ॥ ਸਮੁੰਦ ਸਾਹ ਸੁਲਤਾਨ ਗਿਰਹਾ ਸੇਤੀ ਮਾਲੁ ਧਨੁ ॥ ਕੀੜੀ ਤੁਲਿ ਨ ਹੋਵਨੀ ਜੇ ਤਿਸੁ ਮਨਹੁ ਨ ਵੀਸਰਹਿ ॥ ੨੩ ॥

With all the descriptions and devotions one cannot acquire the understanding of the order of the cosmos. The streams and the rivers get lost in the ocean of knowledge. A sultan who has all the wealth of the world is nothing before an insect who does not forget its Creator. To be or not to be depends upon the divine grace. Without meditation and reflection there is estrangement, there is alienation. The existence of a being corresponds with his relation with the divine rhythm, the divine order.

ਅੰਤੁ ਨ ਸਿਫਤੀ ਕਹਣਿ ਨ ਅੰਤੁ ॥ ਅੰਤੁ ਨ ਕਰਣੈ ਦੇਣਿ ਨ ਅੰਤੁ ॥ ਅੰਤੁ ਨ ਵੇਖਣਿ ਸੁਣਣਿ ਨ ਅੰਤੁ ॥ ਅੰਤੁ ਨ ਜਾਪੈ ਕਿਆ ਮਨਿ ਮੰਤੁ ॥ ਅੰਤੁ ਨ ਜਾਪੈ ਕੀਤਾ ਆਕਾਰੁ ॥ ਅੰਤੁ ਨ ਜਾਪੈ ਪਾਰਾਵਾਰੁ ॥ ਅੰਤ ਕਾਰਣਿ ਕੇਤੇ ਬਿਲਲਾਹਿ ॥ ਤਾ ਕੇ ਅੰਤ ਨ ਪਾਏ ਜਾਹਿ ॥ ਏਹੁ ਅੰਤੁ ਨ ਜਾਣੈ ਕੋਇ ॥ ਬਹੁਤਾ ਕਹੀਐ ਬਹੁਤਾ ਹੋਇ ॥ ਵਡਾ ਸਾਹਿਬੁ ਊਚਾ ਥਾਉ ॥ ਊਚੇ ਉਪਰਿ ਊਚਾ ਨਾਉ ॥ ਏਵਡੁ ਊਚਾ ਹੋਵੈ ਕੋਇ ॥ ਤਿਸੁ ਊਚੇ ਕਉ ਜਾਣੈ ਸੋਇ ॥ ਜੇਵਡੁ ਆਪਿ ਜਾਣੈ ਆਪਿ ਆਪਿ ॥ ਨਾਨਕ ਨਦਰੀ ਕਰਮੀ ਦਾਤਿ ॥ ੨੪ ॥

There is no limit to the appreciation and description of the divine nature. There is no limit to human deeds and charities. There is no limit to what we can observe and listen. There is no limit to meditation and reflection. There is no limit to the creation of forms. There is no limit to its vast extensions. There are many who attempt to reach its limit. The limits of divine creation are beyond human comprehension. These extensions are known to none. The more one describes, the more they are stretched. The Creator is great, great is His creation. There are sublime heights. Only he who rises to that level of cosmos can comprehend its mysteries. The Creator transcends His Creation. Only those who are graced by the Creator can follow the order of His Creation.

ਬਹੁਤਾ ਕਰਮੁ ਲਿਖਿਆ ਨਾ ਜਾਇ ॥ ਵਡਾ ਦਾਤਾ ਤਿਲੁ ਨ ਤਮਾਇ ॥ ਕੇਤੇ ਮੰਗਹਿ ਜੋਧ ਅਪਾਰ ॥ ਕੇਤਿਆ ਗਣਤ ਨਹੀ ਵੀਚਾਰੁ ॥ ਕੇਤੇ ਖਪਿ ਤੁਟਹਿ ਵੇਕਾਰ ॥ ਕੇਤੇ ਲੈ ਲੈ ਮੁਕਰੁ ਪਾਹਿ ॥ ਕੇਤੇ ਮੂਰਖ ਖਾਹੀ ਖਾਹਿ ॥ ਕੇਤਿਆ ਦੂਖ ਭੂਖ ਸਦ ਮਾਰ ॥ ਏਹਿ ਭਿ ਦਾਤਿ ਤੇਰੀ ਦਾਤਾਰ ॥ ਬੰਦਿ ਖਲਾਸੀ ਭਾਣੈ ਹੋਇ ॥ ਹੋਰੁ ਆਖਿ ਨ ਸਕੈ ਕੋਇ ॥ ਜੇ ਕੋ ਖਾਇਕੁ ਆਖਣਿ ਪਾਇ ॥ ਓਹੁ ਜਾਣੈ ਜੇਤੀਆ ਮੁਹਿ ਖਾਇ ॥ ਆਪੇ ਜਾਣੈ ਆਪੇ ਦੇਇ ॥ ਆਖਹਿ ਸਿ ਭਿ ਕੇਈ ਕੇਇ ॥ ਜਿਸ ਨੋ ਬਖਸੇ ਸਿਫਤਿ ਸਾਲਾਹ ॥ ਨਾਨਕ ਪਾਤਿਸਾਹੀ ਪਾਤਿਸਾਹੁ ॥ ੨੫ ॥

There are those who are always gracious and charitable. They are beyond any count. There are gallant warriors. There are so many compassionate persons. But there are also those who never bother about others. They never pay back what is due to them. There are innumerable fools. There are those who are always suffering pain and misery. Their lot is also the gift of the Creator. The sages suffer but never complain. Happiness and misery both are a part of the same state of mind. Human beings must follow the order of the cosmic upheavals. The misfortunes and fortunes are the two sides of the same coin. There are those who are stuck in their prisons. There are some who enjoy freedom of body and spirit. The Creator blesses them with happiness and grace. There are those who do not follow the divine principle, they are not in tune with the cosmic order. They must suffer the fruits of their deeds. Meditation and reflection on the cosmological rhythm and reason lead to steady life. Those who are blessed by the Creator are happy and grateful. They are the princes in the divine state.

ਅਮੁਲ ਗੁਣ ਅਮੁਲ ਵਾਪਾਰ ॥ ਅਮੁਲ ਵਾਪਾਰੀਏ ਅਮੁਲ ਭੰਡਾਰ ॥ ਅਮੁਲ ਆਵਹਿ ਅਮੁਲ ਲੈ ਜਾਹਿ ॥ ਅਮੁਲ ਭਾਇ ਅਮੁਲਾ ਸਮਾਹਿ ॥ ਅਮੁਲੁ ਧਰਮੁ ਅਮੁਲੁ ਦੀਬਾਣੁ ॥ ਅਮੁਲੁ ਤੁਲੁ ਅਮੁਲੁ ਪਰਵਾਣੁ ॥ ਅਮੁਲੁ ਬਖਸੀਸ ਅਮੁਲੁ ਨੀਸਾਣੁ ॥ ਅਮੁਲੁ ਕਰਮੁ ਅਮੁਲੁ ਫੁਰਮਾਣੁ ॥ ਅਮੁਲੋ ਅਮੁਲੁ ਆਖਿਆ ਨ ਜਾਇ ॥ ਆਖਿ ਆਖਿ ਰਹੇ ਲਿਵ ਲਾਇ ॥ ਆਖਹਿ ਵੇਦ ਪਾਠ ਪੁਰਾਣ ॥ ਆਖਹਿ ਪੜੇ ਕਰਹਿ ਵਖਿਆਣ ॥ ਆਖਹਿ ਬਰਮੇ ਆਖਹਿ ਇੰਦ ॥ ਆਖਹਿ ਗੋਪੀ ਤੈ ਗੋਵਿੰਦ ॥ ਆਖਹਿ ਈਸਰ ਆਖਹਿ ਸਿਧ ॥ ਆਖਹਿ ਕੇਤੇ ਕੀਤੇ ਬੁਧ ॥ ਆਖਹਿ ਦਾਨਵ ਆਖਹਿ ਦੇਵ ॥ ਆਖਹਿ ਸੁਰਿ ਨਰ ਮੁਨਿ ਜਨ ਸੇਵ ॥ ਕੇਤੇ ਆਖਹਿ ਆਖਣਿ ਪਾਹਿ ॥ ਕੇਤੇ ਕਹਿ ਕਹਿ ਉਠਿ ਉਠਿ ਜਾਹਿ ॥ ਏਤੇ ਕੀਤੇ ਹੋਰਿ ਕਰੇਹਿ ॥ ਤਾ ਆਖਿ ਨ ਸਕਹਿ ਕੇਈ ਕੇਇ ॥ ਜੇਵਡੁ ਭਾਵੈ ਤੇਵਡੁ ਹੋਇ ॥ ਨਾਨਕ ਜਾਣੈ ਸਾਚਾ ਸੋਇ ॥ ਜੇ ਕੋ ਆਖੈ ਬੋਲੁਵਿਗਾੜੁ ॥ ਤਾ ਲਿਖੀਐ ਸਿਰਿ ਗਾਵਾਰਾ ਗਾਵਾਰੁ ॥ ੨੬ ॥

In this anthropological world also there are many precious things. There are precious traders who are honest and live virtuous life. There are godly persons who spend their lives in harmony and peace. They leave without any deception. They follow the true religion. They are happy in their simple lives in divine order. There are precious charities and precious deeds which enjoy the goodwill of all. There are so many sages whose lives are precious in the presence of the Creator. They follow the teachings of the sacred books. They spread the sacred words of righteousness. They discourse on the good deeds of the gods of their religion, Isar, Brahma, Ind. There are several sages whose words lead to the Truth of the True Creator. One cannot count all these wonderful souls. It all depends upon the grace of the Creator. Those who do not comprehend this cosmic order are the fools who suffer for ever.

ਸੋ ਦਰੁ ਕੇਹਾ ਸੋ ਘਰੁ ਕੇਹਾ ਜਿਤੁ ਬਹਿ ਸਰਬ ਸਮਾਲੇ ॥ ਵਾਜੇ ਨਾਦ ਅਨੇਕ ਅਸੰਖਾ ਕੇਤੇ ਵਾਵਣਹਾਰੇ ॥ ਕੇਤੇ ਰਾਗ ਪਰੀ ਸਿਉ ਕਹੀਅਨਿ ਕੇਤੇ ਗਾਵਣਹਾਰੇ ॥ ਗਾਵਹਿ ਤੁਹਨੋ ਪਉਣੁ ਪਾਣੀ ਬੈਸੰਤਰੁ ਗਾਵੈ ਰਾਜਾ ਧਰਮੁ ਦੁਆਰੇ ॥ ਗਾਵਹਿ ਚਿਤੁ ਗੁਪਤੁ ਲਿਖਿ ਜਾਣਹਿ ਲਿਖਿ ਲਿਖਿ ਧਰਮੁ ਵੀਚਾਰੇ ॥ ਗਾਵਹਿ ਈਸਰੁ ਬਰਮਾ ਦੇਵੀ ਸੋਹਨਿ ਸਦਾ ਸਵਾਰੇ ॥ ਗਾਵਹਿ ਇੰਦ ਇਦਾਸਣਿ ਬੈਠੇ ਦੇਵਤਿਆ ਦਰਿ ਨਾਲੇ ॥ ਗਾਵਹਿ ਸਿਧ ਸਮਾਧੀ ਅੰਦਰਿ ਗਾਵਨਿ ਸਾਧ ਵਿਚਾਰੇ ॥ ਗਾਵਨਿ ਜਤੀ ਸਤੀ ਸੰਤੋਖੀ ਗਾਵਹਿ ਵੀਰ ਕਰਾਰੇ ॥ ਗਾਵਨਿ ਪੰਡਿਤ ਪੜਨਿ ਰਖੀਸਰ ਜੁਗੁ ਜੁਗੁ ਵੇਦਾ ਨਾਲੇ ॥ ਗਾਵਹਿ ਮੋਹਣੀਆ ਮਨੁ ਮੋਹਨਿ ਸੁਰਗਾ ਮਛ ਪਇਆਲੇ ॥ ਗਾਵਨਿ ਰਤਨ ਉਪਾਏ ਤੇਰੇ ਅਠਸਠਿ ਤੀਰਥ ਨਾਲੇ ॥ ਗਾਵਹਿ ਜੋਧ ਮਹਾਬਲ ਸੂਰਾ ਗਾਵਹਿ ਖਾਣੀ ਚਾਰੇ ॥ ਗਾਵਹਿ ਖੰਡ ਮੰਡਲ ਵਰਭੰਡਾ ਕਰਿ ਕਰਿ ਰਖੇ ਧਾਰੇ ॥ ਸੇਈ ਤੁਧੁਨੋ ਗਾਵਹਿ ਜੋ ਤੁਧੁ ਭਾਵਨਿ ਰਤੇ ਤੇਰੇ ਭਗਤ ਰਸਾਲੇ ॥ ਹੋਰ ਕੇਤੇ ਗਾਵਨਿ ਸੇ ਮੈ ਚਿਤਿ ਨ ਆਵਨਿ ਨਾਨਕੁ ਕਿਆ ਵੀਚਾਰੇ ॥ ਸੋਈ ਸੋਈ ਸਦਾ ਸਚੁ ਸਾਹਿਬੁ ਸਾਚਾ ਸਾਚੀ ਨਾਈ ॥ ਹੈ ਭੀ ਹੋਸੀ ਜਾਇ ਨ ਜਾਸੀ ਰਚਨਾ ਜਿਨਿ ਰਚਾਈ ॥ ਰੰਗੀ ਰੰਗੀ ਭਾਤੀ ਕਰਿ ਕਰਿ ਜਿਨਸੀ ਮਾਇਆ ਜਿਨਿ ਉਪਾਈ ॥ ਕਰਿ ਕਰਿ ਵੇਖੈ ਕੀਤਾ ਆਪਣਾ ਜਿਵ ਤਿਸ ਦੀ ਵਡਿਆਈ ॥ ਜੋ ਤਿਸੁ ਭਾਵੈ ਸੋਈ ਕਰਸੀ ਹੁਕਮੁ ਨ ਕਰਣਾ ਜਾਈ ॥ ਸੋ ਪਾਤਿਸਾਹੁ ਸਾਹਾ ਪਾਤਿਸਾਹਿਬੁ ਨਾਨਕ ਰਹਣੁ ਰਜਾਈ ॥ ੨੭ ॥

In this composition Guru Nanak presents an image of those who are engaged in meditation and reflection, in numerous stages of ceremonial worships. This is a region where there is divine music, divine tunes to follow the cosmic hymns. The whole cosmos, air, water, earth, fire, the gods, Dharmraj, Chitra and Gupta follow the divine rhythms. The major gods of Hinduism, Ishar, Brahma, Devi are all there in the service and worship of their Creator. There are siddhas and sages

who reflect upon the most mysterious of the cosmic forces. There are also the disciples, ascetics and above all the seekers of the cosmic Truth who join all the inhabitants of this anthropological world in this cosmic worship. All the religious ceremonies, pilgrimages, holy baths are to attain the blessings of the Creator. All these ceremonies and austerities are in vain if the devotees and seekers do not follow the Will, the divine Order of the cosmic universe. As He wills, so it is ordained.
This description of the anthropological world that is engaged in the ceremonial worship, the physical worship of the Creator is opposed to the cosmological universe of meditation and reflection where the attainment of the cosmic Truth is the only objective. Guru Nanak's God is formless and Unique. There is no place for different gods and goddesses. The cosmic forces are supposed to be represented by these gods. But instead of being just semiotic signs and symbols, the anthropological world transforms them into physical temples.

ਮੁੰਦਾ ਸੰਤੋਖੁ ਸਰਮੁ ਪਤੁ ਝੋਲੀ ਧਿਆਨ ਕੀ ਕਰਹਿ ਬਿਭੂਤਿ ॥ ਖਿੰਥਾ ਕਾਲੁ ਕੁਆਰੀ ਕਾਇਆ ਜੁਗਤਿ ਡੰਡਾ ਪਰਤੀਤਿ ॥ ਆਈ ਪੰਥੀ ਸਗਲ ਜਮਾਤੀ ਮਨਿ ਜੀਤੈ ਜਗੁ ਜੀਤੁ ॥ ਆਦੇਸੁ ਤਿਸੈ ਆਦੇਸੁ ॥ ਆਦਿ ਅਨੀਲੁ ਅਨਾਦਿ ਅਨਾਹਤਿ ਜੁਗੁ ਜੁਗੁ ਏਕੋ ਵੇਸੁ ॥ ੨੮ ॥

Guru Nanak tells the yogi and the ascetic that instead of wearing yogic symbols of earrings and rags of austerity, one should wear the earrings of steady and simple life. One should meditate and reflect on the absolute mystery of the cosmic universe instead of engaging in these physical exercises to please and impress ordinary people. The staff of the faqir should be the staff of Faith, of the benevolence of the Creator. True religion is the path of truth and righteousness. Instead of torturing one's body one should control one's mind. The true victory is the victory of the mind and intellect. The Creator is formless. In sublime Truth dwells the Master of this cosmos.

ਭੁਗਤਿ ਗਿਆਨੁ ਦਇਆ ਭੰਡਾਰਣਿ ਘਟਿ ਘਟਿ ਵਾਜਹਿ ਨਾਦ ॥ ਆਪਿ ਨਾਥੁ ਨਾਥੀ ਸਭ ਜਾ ਕੀ

ਰਿਧਿ ਸਿਧਿ ਅਵਰਾ ਸਾਦ ॥ ਸੰਜੋਗੁ ਵਿਜੋਗੁ ਦੁਇ ਕਾਰ ਚਲਾਵਹਿ ਲੇਖੇ ਆਵਹਿ ਭਾਗ ॥ ਆਦੇਸੁ ਤਿਸੈ ਆਦੇਸੁ ॥ ਆਦਿ ਅਨੀਲੁ ਅਨਾਦਿ ਅਨਾਹਤਿ ਜੁਗੁ ਜੁਗੁ ਏਕੋ ਵੇਸੁ ॥ ੨੯ ॥

In cosmic knowledge and benevolence is the rhythm of the cosmos. The Creator is the Master of all His creation. There are ascetics who attempt to follow the music of the cosmic tunes. There are divine unions and separations, there are constructions and destructions. Salutations to the almighty Creator who is the Master of this cosmos. His Truth, His piety, His wisdom is beyond all estimation. He is the eternal force, the eternal energy throughout the ages. His universality is beyond all counts.

ਏਕਾ ਮਾਈ ਜੁਗਤਿ ਵਿਆਈ ਤਿਨਿ ਚੇਲੇ ਪਰਵਾਣੁ ॥ ਇਕੁ ਸੰਸਾਰੀ ਇਕੁ ਭੰਡਾਰੀ ਇਕੁ ਲਾਏ ਦੀਬਾਣੁ ॥ ਜਿਵ ਤਿਸੁ ਭਾਵੈ ਤਿਵੈ ਚਲਾਵੈ ਜਿਵ ਹੋਵੈ ਫੁਰਮਾਣੁ ॥ ਓਹੁ ਵੇਖੈ ਓਨਾ ਨਦਰਿ ਨ ਆਵੈ ਬਹੁਤਾ ਏਹੁ ਵਿਡਾਣੁ ॥ ਆਦੇਸੁ ਤਿਸੈ ਆਦੇਸੁ ॥ ਆਦਿ ਅਨੀਲੁ ਅਨਾਦਿ ਅਨਾਹਤਿ ਜੁਗੁ ਜੁਗੁ ਏਕੋ ਵੇਸੁ ॥ ੩੦ ॥

Guru Nanak continues to describe the mythical creation of this universe. From one mother are born three disciples, three agents. They are the creator, the protector, the destroyer. These three cosmic forces are transformed into three gods of Hinduism. These abstract forces are presented in physical forms and worshipped.
The cosmic universe follows the Will of the Creator. There is no physical agent. It is the cosmic vision of the Cosmic Creator who is responsible for every action, every step in this universe. Our salutations are due to that cosmic Force, that cosmic Energy. This creation has no beginning, no end. Through the ages there is a continuity and eternity.

ਆਸਣੁ ਲੋਇ ਲੋਇ ਭੰਡਾਰ ॥ ਜੋ ਕਿਛੁ ਪਾਇਆ ਸੁ ਏਕਾ ਵਾਰ ॥ ਕਰਿ ਕਰਿ ਵੇਖੈ ਸਿਰਜਣਹਾਰੁ ॥ ਨਾਨਕ ਸਚੇ ਕੀ ਸਾਚੀ ਕਾਰ ॥ ਆਦੇਸੁ ਤਿਸੈ ਆਦੇਸੁ ॥ ਆਦਿ ਅਨੀਲੁ ਅਨਾਦਿ ਅਨਾਹਤਿ ਜੁਗੁ ਜੁਗੁ ਏਕੋ ਵੇਸੁ ॥ ੩੧ ॥

There is light in the divine spheres. All this creation is a resultant of one cosmic utterance. The Creator transcends His own creation. He observes the whole cosmos. Guru Nanak presents the Truth of the True Creator. He salutes the cosmic act. He articulates the divine vision where there is no beginning, no end.

ਇਕ ਦੂ ਜੀਭੌ ਲਖ ਹੋਹਿ ਲਖ ਹੋਵਹਿ ਲਖ ਵੀਸ ॥ ਲਖੁ ਲਖੁ ਗੇੜਾ ਆਖੀਅਹਿ ਏਕੁ ਨਾਮੁ ਜਗਦੀਸ ॥ ਏਤੁ ਰਾਹਿ ਪਤਿ ਪਵੜੀਆ ਚੜੀਐ ਹੋਇ ਇਕੀਸ ॥ ਸੁਣਿ ਗਲਾ ਆਕਾਸ ਕੀ ਕੀਟਾ ਆਈ ਰੀਸ ॥ ਨਾਨਕ ਨਦਰੀ ਪਾਈਐ ਕੂੜੀ ਕੂੜੈ ਠੀਸ ॥ ੩੨ ॥

From one utterance there are millions of creations. Millions of words recite the one unique Name of the Creator. This divine discourse is beyond any human articulation. The heavenly tales inspired many a people to follow the same path. The poor ignorant people attempted to follow the heavenly discourse but all in vain. It all depends upon the grace of the Creator. Hasty imitation leads us nowhere.

ਆਖਣਿ ਜੋਰੁ ਚੁਪੈ ਨਹ ਜੋਰੁ ॥ ਜੋਰੁ ਨ ਮੰਗਣਿ ਦੇਣਿ ਨ ਜੋਰੁ ॥ ਜੋਰੁ ਨ ਜੀਵਣਿ ਮਰਣਿ ਨਹ ਜੋਰੁ ॥ ਜੋਰੁ ਨ ਰਾਜਿ ਮਾਲਿ ਮਨਿ ਸੋਰੁ ॥ ਜੋਰੁ ਨ ਸੁਰਤੀ ਗਿਆਨਿ ਵੀਚਾਰਿ ॥ ਜੋਰੁ ਨ ਜੁਗਤੀ ਛੁਟੈ ਸੰਸਾਰੁ ॥ ਜਿਸੁ ਹਥਿ ਜੋਰੁ ਕਰਿ ਵੇਖੈ ਸੋਇ ॥ ਨਾਨਕ ਉਤਮੁ ਨੀਚੁ ਨ ਕੋਇ ॥ ੩੩ ॥

One cannot force silence or dictation. One cannot force give and take. One cannot force life or death. One cannot force wealth or power. One cannot force intellect, knowledge, wisdom. One cannot force salvation or freedom from the worldly affairs. Only He who has the Force can describe and dictate. It is He who is the highest, the wisest.
As He desires, so it is ordained.

ਰਾਤੀ ਰੁਤੀ ਥਿਤੀ ਵਾਰ ॥ ਪਵਣ ਪਾਣੀ ਅਗਨੀ ਪਾਤਾਲ ॥ ਤਿਸੁ ਵਿਚਿ ਧਰਤੀ ਥਾਪਿ ਰਖੀ ਧਰਮ ਸਾਲ ॥ ਤਿਸੁ ਵਿਚਿ ਜੀਅ ਜੁਗਤਿ ਕੇ ਰੰਗ ॥ ਤਿਨ ਕੇ ਨਾਮ ਅਨੇਕ ਅਨੰਤ ॥ ਕਰਮੀ ਕਰਮੀ ਹੋਇ

ਵੀਚਾਰੁ ॥ ਸਚਾ ਆਪਿ ਸਚਾ ਦਰਬਾਰੁ ॥ ਤਿਥੈ ਸੋਹਨਿ ਪੰਚ ਪਰਵਾਣੁ ॥ ਨਦਰੀ ਕਰਮਿ ਪਵੈ ਨੀਸਾਣੁ ॥ ਕਚ ਪਕਾਈ ਓਥੈ ਪਾਇ ॥ ਨਾਨਕ ਗਇਆ ਜਾਪੈ ਜਾਇ ॥ ੩੪ ॥

There are all kinds of seasons, days and nights. There are rivers and underworlds. In this wonderful world is set the cosmic temple. There are all kinds of creatures, animate and inanimate. There are all kinds of shades and colours. They have wonderful designations. There are deeds and decisions. There are acts and thoughts. The True Creator resides in His abode of Truth. There the elders, the wise dwell. They are blessed by the Creator. As one acts, so he reaps. Nanak such is the cosmic order.

ਧਰਮ ਖੰਡ ਕਾ ਏਹੋ ਧਰਮੁ ॥ ਗਿਆਨ ਖੰਡ ਕਾ ਆਖਹੁ ਕਰਮੁ ॥ ਕੇਤੇ ਪਵਣ ਪਾਣੀ ਵੈਸੰਤਰ ਕੇਤੇ ਕਾਨ ਮਹੇਸ ॥ ਕੇਤੇ ਬਰਮੇ ਘਾੜਤਿ ਘੜੀਅਹਿ ਰੂਪ ਰੰਗ ਕੇ ਵੇਸ ॥ ਕੇਤੀਆ ਕਰਮ ਭੂਮੀ ਮੇਰ ਕੇਤੇ ਕੇਤੇ ਧੂ ਉਪਦੇਸ ॥ ਕੇਤੇ ਇੰਦ ਚੰਦ ਸੂਰ ਕੇਤੇ ਕੇਤੇ ਮੰਡਲ ਦੇਸ ॥ ਕੇਤੇ ਸਿਧ ਬੁਧ ਨਾਥ ਕੇਤੇ ਕੇਤੇ ਦੇਵੀ ਵੇਸ ॥ ਕੇਤੇ ਦੇਵ ਦਾਨਵ ਮੁਨਿ ਕੇਤੇ ਕੇਤੇ ਰਤਨ ਸਮੁੰਦ ॥ ਕੇਤੀਆ ਖਾਣੀ ਕੇਤੀਆ ਬਾਣੀ ਕੇਤੇ ਪਾਤ ਨਰਿੰਦ ॥ ਕੇਤੀਆ ਸੁਰਤੀ ਸੇਵਕ ਕੇਤੇ ਨਾਨਕ ਅੰਤੁ ਨ ਅੰਤੁ ॥ ੩੫ ॥

After the sphere of deeds and duties, we come to the region of knowledge. In this region of reflection and thinking, there are innumerable waters and fires, the forces and energies which are represented by different gods. There are innumerable Brahmas, the creators of forms and figures. There are those who concentrate on deeds, and others, who describe and discourse. There are innumerable suns and moons and stars and regions. There are innumerable Buddhas and Siddhas, the sages, gods and goddesses. There are innumerable gods and demons, heavenly spheres of rivers and oceans. There are innumerable regions and imperial discourses. There are innumerable masters and disciples. There is no end to this vast nature. There is no end to what one can know and understand, and what one can meditate upon and reflect in this mental region of discerning and comprehension of the nature of the cosmos.

ਗਿਆਨ ਖੰਡ ਮਹਿ ਗਿਆਨੁ ਪਰਚੰਡੁ ॥ ਤਿਥੈ ਨਾਦ ਬਿਨੋਦ ਕੋਡ ਅਨੰਦੁ ॥ ਸਰਮ ਖੰਡ ਕੀ ਬਾਣੀ ਰੂਪੁ ॥ ਤਿਥੈ ਘਾੜਤਿ ਘੜੀਐ ਬਹੁਤੁ ਅਨੂਪੁ ॥ ਤਾ ਕੀਆ ਗਲਾ ਕਥੀਆ ਨਾ ਜਾਹਿ ॥ ਜੇ ਕੋ ਕਹੈ ਪਿਛੈ ਪਛੁਤਾਇ ॥ ਤਿਥੈ ਘੜੀਐ ਸੁਰਤਿ ਮਤਿ ਮਨਿ ਬੁਧਿ ॥ ਤਿਥੈ ਘੜੀਐ ਸੁਰਾ ਸਿਧਾ ਕੀ ਸੁਧਿ ॥ ੩੬ ॥

In the region of knowledge, it is the quest of knowledge that is the supreme act. There is music, there is balance, there is rhythm. In Sarm Khand, Form reigns. There are created the most sublime forms. Their description is beyond any discourse. Those who attempt to describe their contours, they regret their failure. In this sublime sphere of forms, there are created intellect, divine reflection and thought. There are created the discerning of the most complex cosmic concepts.

ਕਰਮ ਖੰਡ ਕੀ ਬਾਣੀ ਜੋਰੁ ॥ ਤਿਥੈ ਹੋਰੁ ਨ ਕੋਈ ਹੋਰੁ ॥ ਤਿਥੈ ਜੋਧ ਮਹਾਬਲ ਸੂਰ ॥ ਤਿਨ ਮਹਿ ਰਾਮੁ ਰਹਿਆ ਭਰਪੂਰ ॥ ਤਿਥੈ ਸੀਤੋ ਸੀਤਾ ਮਹਿਮਾ ਮਾਹਿ ॥ ਤਾ ਕੇ ਰੂਪ ਨ ਕਥਨੇ ਜਾਹਿ ॥ ਨਾ ਓਹਿ ਮਰਹਿ ਨ ਠਾਗੇ ਜਾਹਿ ॥ ਜਿਨ ਕੈ ਰਾਮੁ ਵਸੈ ਮਨ ਮਾਹਿ ॥ ਤਿਥੈ ਭਗਤ ਵਸਹਿ ਕੇ ਲੋਅ ॥ ਕਰਹਿ ਅਨੰਦੁ ਸਚਾ ਮਨਿ ਸੋਇ ॥
ਸਚ ਖੰਡਿ ਵਸੈ ਨਿਰੰਕਾਰੁ ॥ ਕਰਿ ਕਰਿ ਵੇਖੈ ਨਦਰਿ ਨਿਹਾਲ ॥ ਤਿਥੈ ਖੰਡ ਮੰਡਲ ਵਰਭੰਡ ॥ ਜੇ ਕੋ ਕਥੈ ਤ ਅੰਤ ਨ ਅੰਤ ॥ ਤਿਥੈ ਲੋਅ ਲੋਅ ਆਕਾਰ ॥ ਜਿਵ ਜਿਵ ਹੁਕਮੁ ਤਿਵੈ ਤਿਵ ਕਾਰ ॥ ਵੇਖੈ ਵਿਗਸੈ ਕਰਿ ਵੀਚਾਰੁ ॥ ਨਾਨਕ ਕਥਨਾ ਕਰੜਾ ਸਾਰੁ ॥ ੩੭ ॥

In Karm Khand, only deeds matter. There are the crusaders of religion and sacred causes. There are many forms of gods and goddesses. These are beautiful regions. There are cosmic rhythms which are beyond any description and discourse. This is the sphere of eternity. There is no death, no deception. The minds of the devotees are saturated with divine meditation. There is peace, steady reflection and bliss.

ਸਚ ਖੰਡਿ ਵਸੈ ਨਿਰੰਕਾਰੁ ॥

There is the sublime sphere of Truth where dwells the Formless. In this region of consciousness, there is cosmic bliss and benevolence. There is celestial light. The Will of the Creator creates innumerable forms of nature and culture. There is cosmic reflection. This region is so complex, it is impossible to discern and differentiate it.

ਜਤੁ ਪਾਹਾਰਾ ਧੀਰਜੁ ਸੁਨਿਆਰੁ ॥ ਅਹਰਣਿ ਮਤਿ ਵੇਦੁ ਹਥੀਆਰੁ ॥ ਭਉ ਖਲਾ ਅਗਨਿ ਤਪ ਤਾਉ ॥ ਭਾਂਡਾ ਭਾਉ ਅੰਮ੍ਰਿਤੁ ਤਿਤੁ ਢਾਲਿ ॥ ਘੜੀਐ ਸਬਦੁ ਸਚੀ ਟਕਸਾਲ ॥ ਜਿਨ ਕਉ ਨਦਰਿ ਕਰਮੁ ਤਿਨ ਕਾਰ ॥ ਨਾਨਕ ਨਦਰੀ ਨਦਰਿ ਨਿਹਾਲ ॥ ੩੮ ॥

Finally, Guru Nanak uses the metaphor of the goldsmith. How in the atelier of the goldsmith, pure gold is prepared. With the help of fire and heat the metal is purified. Similarly, believes Guru Nanak, the pure and sublime knowledge of the cosmos is acquired by the seeker after truth. The Truth of Cosmos is constituted in the workshop of meditation and reflection. The True Word is purified in the workshop of divine knowledge. It is given to those who are graced by the Creator Himself.

It is important to note that in this theology of Guru Nanak, we have the concept of the formless form of the Creator. However, there is a Creator, *Karta purkh*, so there is also a personalised concept of the Creator, whose grace blesses the devotee, to whom the devotee prays.

ਸਲੋਕੁ ॥ ਪਵਣੁ ਗੁਰੁ ਪਾਣੀ ਪਿਤਾ ਮਾਤਾ ਧਰਤਿ ਮਹਤੁ ॥ ਦਿਵਸੁ ਰਾਤਿ ਦੁਇ ਦਾਈ ਦਾਇਆ ਖੇਲੈ ਸਗਲ ਜਗਤੁ ॥ ਚੰਗਿਆਈਆ ਬੁਰਿਆਈਆ ਵਾਚੈ ਧਰਮੁ ਹਦੂਰਿ ॥ ਕਰਮੀ ਆਪੋ ਆਪਣੀ ਕੇ ਨੇੜੈ ਕੇ ਦੂਰਿ ॥ ਜਿਨੀ ਨਾਮੁ ਧਿਆਇਆ ਗਏ ਮਸਕਤਿ ਘਾਲਿ ॥ ਨਾਨਕ ਤੇ ਮੁਖ ਉਜਲੇ ਕੇਤੀ ਛੁਟੀ ਨਾਲਿ ॥ ੧ ॥

To sum up, the Guru presents the vibrating life of the universe. Here air is the guru, water is taken as father and earth is the mother. The world plays in the hands of day and night. Day and night circumscribe the anthropological playground. During this period the good and bad deeds are observed and rewarded by the Creator. As one sows, so one reaps. It all depends upon one's deeds. Those who meditate and reflect upon the nature of the cosmos are saved. They are blessed, they are graced.

THE DISCOURSE OF THE COSMIC TRUTH

In Japuji Guru Nanak begins with defining his God as the Creator, beyond fear or faction, beyond form or figure, beyond birth or death, eternal.
The Creator is designated as TRUTH. This truth is eternal. Even before the beginning of time, before the creation of the cosmos, there was Truth. The historical, anthropological period was sustained by this sublime Truth. When it will be all over, when even the cosmos will be no more, the divine Truth will prevail.

> ੧ੴ ਸਤਿ ਨਾਮੁ ਕਰਤਾ ਪੁਰਖੁ ਨਿਰਭਉ ਨਿਰਵੈਰੁ ਅਕਾਲ ਮੂਰਤਿ ਅਜੂਨੀ ਸੈਭੰ
> ਗੁਰ ਪ੍ਰਸਾਦਿ ॥ ॥ ਜਪੁ ॥
> ਆਦਿ ਸਚੁ ਜੁਗਾਦਿ ਸਚੁ ॥ ਹੈ ਭੀ ਸਚੁ ਨਾਨਕ ਹੋਸੀ ਭੀ ਸਚੁ ॥ ੧ ॥

This sublime Truth can be discerned by meditation and reflection. The religious ceremonies and austerities do not help. They are only obstacles in the divine path. Guru Nanak continues to denounce all religious practices of his time. There are spheres of consciousness. We move from the ordinary anthropological universe to the universe of knowledge. The final and the highest state is the state of absolute Truth. It is in the sphere of Truth that dwells the Formless.
In another composition, *arbad narbad dhundhukara*, Guru Nanak presents the religious historiography of his period.

ਮਾਰੂ ਮਹਲਾ ੧ ॥ ਅਰਬਦ ਨਰਬਦ ਧੁੰਧੂਕਾਰਾ ॥ ਧਰਣਿ ਨ ਗਗਨਾ ਹੁਕਮੁ ਅਪਾਰਾ ॥ ਨਾ ਦਿਨੁ ਰੈਨਿ ਨ ਚੰਦੁ ਨ ਸੂਰਜੁ ਸੁੰਨ ਸਮਾਧਿ ਲਗਾਇਦਾ ॥ ੧ ॥ ਖਾਣੀ ਨ ਬਾਣੀ ਪਉਣ ਨ ਪਾਣੀ ॥ ਓਪਤਿ ਖਪਤਿ ਨ ਆਵਣ ਜਾਣੀ ॥ ਖੰਡ ਪਤਾਲ ਸਪਤ ਨਹੀ ਸਾਗਰ ਨਦੀ ਨ ਨੀਰੁ ਵਹਾਇਦਾ ॥ ੨ ॥ ਨਾ ਤਦਿ ਸੁਰਗੁ ਮਛੁ ਪਇਆਲਾ ॥ ਦੋਜਕੁ ਭਿਸਤੁ ਨਹੀ ਖੈ ਕਾਲਾ ॥ ਨਰਕੁ ਸੁਰਗੁ ਨਹੀ ਜੰਮਣੁ ਮਰਣਾ ਨਾ ਕੋ ਆਇ ਨ ਜਾਇਦਾ ॥ ੩ ॥ ਬ੍ਰਹਮਾ ਬਿਸਨੁ ਮਹੇਸੁ ਨ ਕੋਈ ॥ ਅਵਰੁ ਨ ਦੀਸੈ ਏਕੋ ਸੋਈ ॥ ਨਾਰਿ ਪੁਰਖੁ ਨਹੀ ਜਾਤਿ ਨ ਜਨਮਾ ਨਾ ਕੋ ਦੁਖੁ ਸੁਖੁ ਪਾਇਦਾ ॥ ੪ ॥ ਨਾ ਤਦਿ ਜਤੀ ਸਤੀ ਬਨਵਾਸੀ ॥ ਨਾ ਤਦਿ ਸਿਧ ਸਾਧਿਕ ਸੁਖਵਾਸੀ ॥ ਜੋਗੀ ਜੰਗਮ ਭੇਖੁ ਨ ਕੋਈ ਨਾ ਕੋ ਨਾਥੁ ਕਹਾਇਦਾ ॥ ੫ ॥ ਜਪ ਤਪ ਸੰਜਮ ਨਾ ਬ੍ਰਤ ਪੂਜਾ ॥ ਨਾ ਕੋ ਆਖਿ ਵਖਾਣੈ ਦੂਜਾ ॥ ਆਪੇ ਆਪਿ ਉਪਾਇ ਵਿਗਸੈ ਆਪੇ ਕੀਮਤਿ ਪਾਇਦਾ ॥ ੬ ॥ ਨਾ ਸੁਚਿ ਸੰਜਮੁ ਤੁਲਸੀ ਮਾਲਾ ॥ ਗੋਪੀ ਕਾਨੁ ਨ ਗਊ ਗੋੁਆਲਾ ॥ ਤੰਤੁ ਮੰਤੁ ਪਾਖੰਡੁ ਨ ਕੋਈ ਨਾ ਕੋ ਵੰਸੁ ਵਜਾਇਦਾ ॥ ੭ ॥ ਕਰਮ ਧਰਮ ਨਹੀ ਮਾਇਆ ਮਾਖੀ ॥ ਜਾਤਿ ਜਨਮੁ ਨਹੀ ਦੀਸੈ ਆਖੀ ॥ ਮਮਤਾ ਜਾਲੁ ਕਾਲੁ ਨਹੀ ਮਾਥੈ ਨਾ ਕੋ ਕਿਸੈ ਧਿਆਇਦਾ ॥ ੮ ॥ ਨਿੰਦੁ ਬਿੰਦੁ ਨਹੀ ਜੀਉ ਨ ਜਿੰਦੋ ॥ ਨਾ ਤਦਿ ਗੋਰਖੁ ਨ ਮਾਛਿੰਦੋ ॥ ਨਾ ਤਦਿ ਗਿਆਨੁ ਧਿਆਨੁ ਕੁਲ ਓਪਤਿ ਨਾ ਕੋ ਗਣਤ ਗਣਾਇਦਾ ॥ ੯ ॥ ਵਰਨ ਭੇਖ ਨਹੀ ਬ੍ਰਹਮਣ ਖਤ੍ਰੀ ॥ ਦੇਉ ਨ ਦੇਹੁਰਾ ਗਊ ਗਾਇਤ੍ਰੀ ॥ ਹੋਮ ਜਗ ਨਹੀ ਤੀਰਥਿ ਨਾਵਣੁ ਨਾ ਕੋ ਪੂਜਾ ਲਾਇਦਾ ॥ ੧੦ ॥ ਨਾ ਕੋ ਮੁਲਾ ਨਾ ਕੋ ਕਾਜੀ ॥ ਨਾ ਕੋ ਸੇਖੁ ਮਸਾਇਕੁ ਹਾਜੀ ॥ ਰਈਅਤਿ ਰਾਉ ਨ ਹਉਮੈ ਦੁਨੀਆ ਨਾ ਕੋ ਕਹਣੁ ਕਹਾਇਦਾ ॥ ੧੧ ॥ ਭਾਉ ਨ ਭਗਤੀ ਨਾ ਸਿਵ ਸਕਤੀ ॥ ਸਾਜਨੁ ਮੀਤੁ ਬਿੰਦੁ ਨਹੀ ਰਕਤੀ ॥ ਆਪੇ ਸਾਹੁ ਆਪੇ ਵਣਜਾਰਾ ਸਾਚੇ ਏਹੋ ਭਾਇਦਾ ॥ ੧੨ ॥ ਬੇਦ ਕਤੇਬ ਨ ਸਿੰਮ੍ਰਿਤਿ ਸਾਸਤ ॥ ਪਾਠ ਪੁਰਾਣ ਉਦੈ ਨਹੀ ਆਸਤ ॥ ਕਹਤਾ ਬਕਤਾ ਆਪਿ ਅਗੋਚਰੁ ਆਪੇ ਅਲਖੁ ਲਖਾਇਦਾ ॥ ੧੩ ॥ ਜਾ ਤਿਸੁ ਭਾਣਾ ਤਾ ਜਗਤੁ ਉਪਾਇਆ ॥ ਬਾਝੁ ਕਲਾ ਆਡਾਣੁ ਰਹਾਇਆ ॥ ਬ੍ਰਹਮਾ ਬਿਸਨੁ ਮਹੇਸੁ ਉਪਾਏ ਮਾਇਆ ਮੋਹੁ ਵਧਾਇਦਾ ॥ ੧੪ ॥ ਵਿਰਲੇ ਕਉ ਗੁਰ ਸਬਦੁ ਸੁਣਾਇਆ ॥ ਕਰਿ ਕਰਿ ਦੇਖੈ ਹੁਕਮੁ ਸਬਾਇਆ ॥ ਖੰਡ ਬ੍ਰਹਮੰਡ ਪਾਤਾਲ ਅਰੰਭੇ ਗੁਪਤਹੁ ਪਰਗਟੀ ਆਇਦਾ ॥ ੧੫ ॥ ਤਾ ਕਾ ਅੰਤੁ ਨ ਜਾਣੈ ਕੋਈ ॥ ਪੂਰੇ ਗੁਰ ਤੇ ਸੋਝੀ ਹੋਈ ॥ ਨਾਨਕ ਸਾਚਿ ਰਤੇ ਬਿਸਮਾਦੀ ਬਿਸਮ ਭਏ ਗੁਣ ਗਾਇਦਾ ॥ ੧੬ ॥ ੩ ॥ ੧੫ ॥ (Adi Granth, pp. 1035-36)

Long long ago, there was nothing but darkness. There was no earth, no sky, only the Will of the Creator reigned over the cosmos. There was no day, no night, no sun, no moon, there was divine silence all over. There were no spheres, no discourses, no water, no life. None came, none left. There were no rivers, no oceans, no spheres, no underworlds. There was no life, animate or inanimate. There was no hell, no heaven. There was no life, no death, none came, none left. There were no gods. No Brahma, no Bishan, no Mahesh. There was none but one unique Creator. There was no male, no female, no caste, no birth, no blessing, no suffering. There were no ascetics, no wanderers in the jungles. There was no Sidh, no Sadhik, no householder, no dwellers of the wilderness. There was no yogi, none in the garb of a Sadhu, none declared himself to be the Nath of all. There was no religious fasting, no austerities, no superficial worships. Only one unique Creator was present in every aspect of this cosmos. There were no ceremonial beads. There were no artificial steps to purify the polluted. There was no Krishna, no gopis. There was no superstition, no cheating in the name of religion. There were no ceremonial deeds and delusions. There were no castes, no birth rights of the heigh and the mighty. There was no delusion of false attachments, no false devotions. There was no jealousy, no false accusations. There was no Gorakh. No Machindar. There was no false business, no false promises. There was no false knowledge, no false pride. There was no caste, no Brahmin, no Khatri. There was no false god, no false utterance. There was no auspicious charity, no false holy bath, no pilgrimage. There was no Mullah, no Qazi. There was no Musaik, no Haji. There was no lord to suppress the poor people. There was no false worship, no pretension of the shakti of Shiv. There was no friend, no foe, no mother, no father. There was none but the unique Creator manifest in His Truth. There was no Ved, no Quran, no Simriti, no Shastr. There was no religious reading. There was but one unique cosmic Word, one unique cosmic Discourse. When He willed, the cosmos was created. Every aspect of nature took some form. Brahma, Bishan, Mahes were created which led to the net of maya. Only a few understood the heavenly discourse. The Creator was merged in His creation. The whole cosmos followed His order. None knows the limits of this vast cosmos. Only the Guru can bless this knowledge. Guru Nanak says that only those who are blessed with the divine Truth can comprehend the cosmic mystery.

In other words, after the first creative act, the first deed, the religious discourse, in mythical as well as anthropological times, has degraded itself. The gods and goddesses, the sacred books, the priests of all religions, the pretensions religious ceremonies have all deceived the poor people. When there was no creation, when there was no day, no night, everything was in order. As soon the religions and their priests, their false gods took over, there was degradation. All austerities, all worships, all ceremonial acts are meant to deceive poor people.

In another composition, Guru Nanak describes this horrible anthropological situation in the following verse.

ਸਲੋਕੁ ਮਃ ੧ ॥ ਕੂੜੁ ਰਾਜਾ ਕੂੜੁ ਪਰਜਾ ਕੂੜੁ ਸਭੁ ਸੰਸਾਰੁ ॥ ਕੂੜੁ ਮੰਡਪ ਕੂੜੁ ਮਾੜੀ ਕੂੜੁ ਬੈਸਣਹਾਰੁ ॥ ਕੂੜੁ ਸੁਇਨਾ ਕੂੜੁ ਰੁਪਾ ਕੂੜੁ ਪੈਨ੍ਹਣਹਾਰੁ ॥ ਕੂੜੁ ਕਾਇਆ ਕੂੜੁ ਕਪੜੁ ਕੂੜੁ ਰੂਪੁ ਅਪਾਰੁ ॥ ਕੂੜੁ ਮੀਆ ਕੂੜੁ ਬੀਬੀ ਖਪਿ ਹੋਏ ਖਾਰੁ ॥ ਕੂੜਿ ਕੂੜੈ ਨੇਹੁ ਲਗਾ ਵਿਸਰਿਆ ਕਰਤਾਰੁ ॥ ਕਿਸੁ ਨਾਲਿ ਕੀਚੈ ਦੋਸਤੀ ਸਭੁ ਜਗੁ ਚਲਣਹਾਰੁ ॥ ਕੂੜੁ ਮਿਠਾ ਕੂੜੁ ਮਾਖਿਉ ਕੂੜੁ ਡੋਬੇ ਪੂਰੁ ॥ ਨਾਨਕੁ ਵਖਾਣੈ ਬੇਨਤੀ ਤੁਧੁ ਬਾਝੁ ਕੂੜੋ ਕੂੜੁ ॥ ੧ ॥

Rotten are the rulers and so are the ruled. The whole world is rotten. Rotten are the dwellings and so are the dwellers. The gold, the silver, the wearers of these ornaments are all rotten. All forms, all figures, are rotten. Rotten is the husband and so is the wife, all are stuck in the mire of deception and decay. There is none who can be trusted, with whom one can have love and affection. There is no sincerity in any relationship. What can one do, every being is mortal. Right or wrong, sweet or sour, there is no distinction. Guru Nanak says that apart from the Creator, every being, every thing is polluted, rotten. However, Guru Nanak is optimist.

ਕੂੜ ਨਿਖੁਟੇ ਨਾਨਕਾ ਓੜਕਿ ਸਚਿ ਰਹੀ ॥ ੨ ॥ (Adi Granth, page 953)

Ultimately, the Truth will triumph, the falsehood will vanish.

This is indeed the discourse of Japuji. There is one unique Creator. He is at times conceptualised as a Person, Purkh, to whom one can pray, on whose Nature one can meditate and reflect. He is Truth incarnate. In the historiography of the cosmos, there is Truth in the past, present and future. In the historical period, in the anthropological times, the false religious practices have made the society rotten. The gods and goddesses in all religions were supposed to be the symbols of specific natural forces like creation, preservation, destruction. In the long run, they all become concrete figures to be worshipped in temples. Their symbolic or semiotic representation is lost. The same is true of all religious ceremonies, practices, which enable the priests, the guardians of religion, to exploit superstitious, ignorant people.
But Guru Nanak is optimistic. The divine Truth will ultimately triumph.

ਸਾਚ ਬਿਨਾ ਸੂਚਾ ਕੋ ਨਾਹੀ ਨਾਨਕ ਅਕਥ ਕਹਾਣੀ ॥ ੬੭ ॥ (Adi Granth, page 946)

It is the Truth that decides what is pure, what is polluted.
In the religious discourse, Truth is a conceptual construct. It has anthropological as well as cosmological overtones. Let us see how Guru Nanak reflects upon this concept in other compositions.

ਜਿਨੀ ਸਚੁ ਪਛਾਣਿਆ ਸੇ ਸੁਖੀਏ ਜੁਗ ਚਾਰਿ ॥ ਹਉਮੈ ਤ੍ਰਿਸਨਾ ਮਾਰਿ ਕੈ ਸਚੁ ਰਖਿਆ ਉਰ ਧਾਰਿ ॥ ਜਗ ਮਹਿ ਲਾਹਾ ਏਕੁ ਨਾਮੁ ਪਾਈਐ ਗੁਰ ਵੀਚਾਰਿ ॥ ੬ ॥ ਸਾਚਉ ਵਖਰੁ ਲਾਦੀਐ ਲਾਭੁ ਸਦਾ ਸਚੁ ਰਾਸਿ ॥ ਸਾਚੀ ਦਰਗਹ ਬੈਸਈ ਭਗਤਿ ਸਚੀ ਅਰਦਾਸਿ ॥ ਪਤਿ ਸਿਉ ਲੇਖਾ ਨਿਬੜੈ ਰਾਮ ਨਾਮੁ ਪਰਗਾਸਿ ॥ ੭ ॥
(Adi Granth, page 55)

Those who have reflected upon divine truth, understood truth, they are always at peace with themselves. They have shed all their thirst and hunger for worldly things. They follow the sublime order of the cosmos. They meditate and reflect upon the Truth of the True Creator. The divine Word of Truth is their sustenance. They do not hanker after worldly luxuries. They dwell in the House of Truth, in the House of divine Bliss. They meditate and pray. They are honoured in this world. They are enlightened with the divine light of Truth.

ਸਚਿ ਰਤੇ ਸੇ ਉਬਰੇ ਦੁਬਿਧਾ ਛੋਡਿ ਵਿਕਾਰ ॥ ਹਉ ਤਿਨ ਕੈ ਬਲਿਹਾਰਣੈ ਦਰਿ ਸਚੈ ਸਚਿਆਰ ॥ ੨ ॥ ਸੀਚਾਨੇ ਜਿਉ ਪੰਖੀਆ ਜਾਲੀ ਬਧਿਕ ਹਾਥਿ ॥ ਗੁਰਿ ਰਾਖੇ ਸੇ ਉਬਰੇ ਹੋਰਿ ਫਾਥੇ ਚੋਗੈ ਸਾਥਿ ॥ ਬਿਨੁ ਨਾਵੈ ਚੁਣਿ ਸੁਟੀਅਹਿ ਕੋਇ ਨ ਸੰਗੀ ਸਾਥਿ ॥ ੩ ॥ ਸਚੋ ਸਚਾ ਆਖੀਐ ਸਚੇ ਸਚਾ ਥਾਨੁ ॥ ਜਿਨੀ ਸਚਾ ਮੰਨਿਆ ਤਿਨ ਮਨਿ ਸਚੁ ਧਿਆਨੁ ॥ ਮਨਿ ਮੁਖਿ ਸੂਚੇ ਜਾਣੀਅਹਿ ਗੁਰਮੁਖਿ ਜਿਨਾ ਗਿਆਨੁ ॥ ੪ ॥ (Adi Granth, page 55)

Those who are in tune with the divine Truth are not stuck in dualities and divisions. Like the light birds they fly in the vast space of the cosmos. They can be caught in the net of worldly illusions. Without meditation and reflection human beings are estranged, they have no friend, no associate to help them cross this river of suffering. Those who articulate truth, live in Truth, they dwell in the sublime cosmos of the Creator. Those who have followed the path of Truth comprehend the cosmological order. They are blessed. They are pure in thought and deed. They have acquired the divine knowledge.

ਗੁਰ ਭੰਡਾਰੈ ਪਾਈਐ ਨਿਰਮਲ ਨਾਮ ਪਿਆਰੁ ॥ ਸਾਚੋ ਵਖਰੁ ਸੰਚੀਐ ਪੂਰੈ ਕਰਮਿ ਅਪਾਰੁ ॥ ਸੁਖਦਾਤਾ ਦੁਖ ਮੇਟਣੋ ਸਤਿਗੁਰੁ ਅਸੁਰ ਸੰਘਾਰੁ ॥ ੩ ॥ ਭਵਜਲੁ ਬਿਖਮੁ ਡਰਾਵਣੋ ਨਾ ਕੰਧੀ ਨਾ ਪਾਰੁ ॥ ਨਾ ਬੇੜੀ ਨਾ ਤੁਲਹੜਾ ਨਾ ਤਿਸੁ ਵੰਝੁ ਮਲਾਰੁ ॥ ਸਤਿਗੁਰੁ ਭੈ ਕਾ ਬੋਹਿਥਾ ਨਦਰੀ ਪਾਰਿ ਉਤਾਰੁ ॥ ੪ ॥

The Guru blesses with love and affection. The True Word

saturates mind and body, deeds and actions. The Guru eradicates all suffering. He demolishes all demons of mind and body. The immense ocean of suffering is frightening. There is no end across. There is no boat, no boatman to help you across. The Guru is the boatman of Truth that is the anchor to cross the most frightening river of suffering. The True Word of Truth is the real and sure anchor in this anthropological universe.

ਸਲੋਕੁ ਮਃ ੧ ॥ ਸਚੇ ਤੇਰੇ ਖੰਡ ਸਚੇ ਬ੍ਰਹਮੰਡ ॥ ਸਚੇ ਤੇਰੇ ਲੋਅ ਸਚੇ ਆਕਾਰ ॥ ਸਚੇ ਤੇਰੇ ਕਰਣੇ ਸਰਬ ਬੀਚਾਰ ॥ ਸਚਾ ਤੇਰਾ ਅਮਰੁ ਸਚਾ ਦੀਬਾਣੁ ॥ ਸਚਾ ਤੇਰਾ ਹੁਕਮੁ ਸਚਾ ਫੁਰਮਾਣੁ ॥ ਸਚਾ ਤੇਰਾ ਕਰਮੁ ਸਚਾ ਨੀਸਾਣੁ ॥ ਸਚੇ ਤੁਧੁ ਆਖਹਿ ਲਖ ਕਰੋੜਿ ॥ ਸਚੈ ਸਭਿ ਤਾਣਿ ਸਚੈ ਸਭਿ ਜੋਰਿ ॥ ਸਚੀ ਤੇਰੀ ਸਿਫਤਿ ਸਚੀ ਸਾਲਾਹ ॥ ਸਚੀ ਤੇਰੀ ਕੁਦਰਤਿ ਸਚੇ ਪਾਤਿਸਾਹ ॥ ਨਾਨਕ ਸਚੁ ਧਿਆਇਨਿ ਸਚੁ ॥ ਜੋ ਮਰਿ ਜੰਮੇ ਸੁ ਕਚੁ ਨਿਕਚੁ ॥ ੧ ॥ (Adi Granth, page 463)

There is Truth all over. This Truth saturates the spheres and the cosmos. This Truth saturates the sublime light, the sublime forms. This Truth saturates the divine deeds and reflections. This Truth saturates the divine Will and Order. This Truth saturates the divine act and its divine symbol. There are millions who meditate on this sublime Truth. This Truth saturates all the divine energies and pulls and pushes. This Truth saturates all the meditations and designations. This Truth saturates the divine Creation. There is nothing but the divine Truth. It is universal. It is eternal. The rest is bound in the space and time of birth and death.

ਵਡਹੰਸੁ ਮਹਲਾ ੧ ਦਖਣੀ ॥ ਸਚੁ ਸਿਰੰਦਾ ਸਚਾ ਜਾਣੀਐ ਸਚੜਾ ਪਰਵਦਗਾਰੋ ॥ ਜਿਨਿ ਆਪੀਨੈ ਆਪੁ ਸਾਜਿਆ ਸਚੜਾ ਅਲਖ ਅਪਾਰੋ ॥ ਦੁਇ ਪੁੜ ਜੋੜਿ ਵਿਛੋੜਿਅਨੁ ਗੁਰ ਬਿਨੁ ਘੋਰੁ ਅੰਧਾਰੋ ॥ ਸੂਰਜ ਚੰਦੁ ਸਿਰਜਿਅਨੁ ਅਹਿਨਿਸਿ ਚਲਤੁ ਵੀਚਾਰੋ ॥ ੧ ॥ ਸਚੜਾ ਸਾਹਿਬੁ ਸਚੁ ਤੂ ਸਚੜਾ ਦੇਹਿ ਪਿਆਰੋ ॥ ਰਹਾਉ ॥ ਤੁਧੁ ਸਿਰਜੀ ਮੇਦਨੀ ਦੁਖੁ ਸੁਖੁ ਦੇਵਣਹਾਰੋ ॥ ਨਾਰੀ ਪੁਰਖ ਸਿਰਜਿਐ ਬਿਖੁ ਮਾਇਆ ਮੋਹੁ ਪਿਆਰੋ ॥ ਖਾਣੀ ਬਾਣੀ ਤੇਰੀਆ ਦੇਹਿ ਜੀਆ ਆਧਾਰੋ ॥ ਕੁਦਰਤਿ ਤਖਤੁ ਰਚਾਇਆ ਸਚਿ ਨਿਬੇੜਣਹਾਰੋ ॥ ੨ ॥ ਆਵਾ ਗਵਣੁ ਸਿਰਜਿਆ ਤੂ ਥਿਰੁ ਕਰਣੈਹਾਰੋ ॥ ਜੰਮਣੁ ਮਰਣਾ ਆਇ

ਗਇਆ ਬਧਿਕੁ ਜੀਉ ਬਿਕਾਰੋ ॥ ਭੂਡੜੈ ਨਾਮੁ ਵਿਸਾਰਿਆ ਬੂਡੜੈ ਕਿਆ ਤਿਸੁ ਚਾਰੋ ॥ ਗੁਣ ਛੋਡਿ ਬਿਖੁ ਲਦਿਆ ਅਵਗੁਣ ਕਾ ਵਣਜਾਰੋ ॥ ੩ ॥ ਸਦੜੇ ਆਏ ਤਿਨਾ ਜਾਨੀਆ ਹੁਕਮਿ ਸਚੇ ਕਰਤਾਰੋ ॥ ਨਾਰੀ ਪੁਰਖ ਵਿਛੁੰਨਿਆ ਵਿਛੁੜਿਆ ਮੇਲਣਹਾਰੋ ॥ ਰੂਪੁ ਨ ਜਾਣੈ ਸੋਹਣੀਐ ਹੁਕਮਿ ਬਧੀ ਸਿਰਿ ਕਾਰੋ ॥ ਬਾਲਕ ਬਿਰਧਿ ਨ ਜਾਣਨੀ ਤੋੜਨਿ ਹੇਤੁ ਪਿਆਰੋ ॥ ੪ ॥ ਨਉ ਦਰਿ ਠਾਕੇ ਹੁਕਮਿ ਸਚੈ ਹੰਸੁ ਗਇਆ ਗੈਣਾਰੇ ॥ ਸਾ ਧਨ ਛੁਟੀ ਮੁਠੀ ਝੂਠਿ ਵਿਧਣੀਆ ਮਿਰਤਕੜਾ ਅੰਙਨੜੇ ਬਾਰੇ ॥ ਸੁਰਤਿ ਮੁਈ ਮਰੁ ਮਾਈਏ ਮਹਲ ਰੁੰਨੀ ਦਰ ਬਾਰੇ ॥ ਰੋਵਹੁ ਕੰਤ ਮਹੇਲੀਹੋ ਸਚੇ ਕੇ ਗੁਣ ਸਾਰੇ ॥ ੫ ॥ ਜਲਿ ਮਲਿ ਜਾਨੀ ਨਾਵਾਲਿਆ ਕਪੜਿ ਪਟਿਅੰਬਾਰੇ ॥ ਵਾਜੇ ਵਜੇ ਸਚੀ ਬਾਣੀਆ ਪੰਚ ਮੁਏ ਮਨੁ ਮਾਰੇ ॥ ਜਾਨੀ ਵਿਛੁੰਨੜੇ ਮੇਰਾ ਮਰਣੁ ਭਇਆ ਧ੍ਰਿਗੁ ਜੀਵਣੁ ਸੰਸਾਰੇ ॥ ਜੀਵਤੁ ਮਰੈ ਸੁ ਜਾਣੀਐ ਪਿਰ ਸਚੜੈ ਹੇਤਿ ਪਿਆਰੇ ॥ ੬ ॥ ਤੁਸੀ ਰੋਵਹੁ ਰੋਵਣ ਆਈਹੋ ਝੂਠਿ ਮੁਠੀ ਸੰਸਾਰੇ ॥ ਹਉ ਮੁਠੜੀ ਧੰਧੈ ਧਾਵਣੀਆ ਪਿਰਿ ਛੋਡਿਅੜੀ ਵਿਧਣਕਾਰੇ ॥ ਘਰਿ ਘਰਿ ਕੰਤੁ ਮਹੇਲੀਆ ਰੂੜੈ ਹੇਤਿ ਪਿਆਰੇ ॥ ਮੈ ਪਿਰੁ ਸਚੁ ਸਲਾਹਣਾ ਹਉ ਰਹਸਿਅੜੀ ਨਾਮਿ ਭਤਾਰੇ ॥ ੭ ॥ ਗੁਰਿ ਮਿਲਿਐ ਵੇਸੁ ਪਲਟਿਆ ਸਾ ਧਨ ਸਚੁ ਸੀਗਾਰੋ ॥ ਆਵਹੁ ਮਿਲਹੁ ਸਹੇਲੀਹੋ ਸਿਮਰਹੁ ਸਿਰਜਣਹਾਰੋ ॥ ਬਈਅਰਿ ਨਾਮਿ ਸੋੁਹਾਗਣੀ ਸਚੁ ਸਵਾਰਣਹਾਰੋ ॥ ਗਾਵਹੁ ਗੀਤੁ ਨ ਬਿਰਹੜਾ ਨਾਨਕ ਬ੍ਰਹਮ ਬੀਚਾਰੋ ॥ ੮ ॥ ੩ ॥ (Adi Granth , page 581)

The Creator is the Truth incarnate. Truth is His designation. He is the Creator and the preserver of the entire universe. The Creator is self-created. He is eternal, universal and the harbinger of truth. He created the earth and the sky. He created their duality and their unity. This mystery can be understood with the grace of the Guru. In illusion, there is darkness. In ignorance, there is conflict. It is He who created sun and moon and assigned to them their different functions.

The Creator's Truth prevails over the entire cosmos. He bestows His grace and love on His creation. He is the Creator of this anthropological world. It is He who is also the reason for the suffering and the bliss of humanity. It is He who has created men and women and their illusions and delusions. The four spheres and their inhabitants, animate and inanimate depend upon the Creator. This sublime Nature is His dwelling where His Truth decides what is right, what is wrong; what is just, what is unjust. It is upon His grace that all living beings depend upon for their living and sustenance. It is He who had created time and space, the movement of life and death. Human beings forget their benefactor, they suffer in their miserable life. There are those who are blessed. They cross easily the river of life. There are others who are left alone. Alienated, they are drowned in the river of misery. They follow vice instead of virtue. They suffer indignities and humiliations.

When the last hour strikes, when the summon of death arrives, women and man are separated. They are alienated. They suffer solitude and anxiety. Death smothers all. There is no distinction. All beings, all creatures suffer the wrath of Time. Death does not make any distinction between young and old, men or women. As ordained by the Creator, the nine door of consciousness are closed and the soul returns to its original source. Women are widowed, the dead bodies of their loved ones rot in the graveyard. With the metaphor of the union and separation of husband and wife, lover and beloved, the cycle of life is explained. This union and separation, this alienation and integration is in the hands of the Creator. Ultimately, the true love is divine. All human beings are endowed with the consciousness of the female being. This conceptual Female longs for the union with her conceptual Male. It is interesting to note here that Guru Nanak does not recognise the physical opposition of male/female.

ਦਿਨ ਮਹਿ ਰੈਣਿ ਰੈਣਿ ਮਹਿ ਦਿਨੀਅਰੁ ਉਸਨ ਸੀਤ ਬਿਧਿ ਸੋਈ ॥ ਤਾ ਕੀ ਗਤਿ ਮਿਤਿ ਅਵਰੁ ਨ ਜਾਣੈ ਗੁਰ ਬਿਨੁ ਸਮਝ ਨ ਹੋਈ ॥ ੨ ॥ ਪੁਰਖ ਮਹਿ ਨਾਰਿ ਨਾਰਿ ਮਹਿ ਪੁਰਖਾ ਬੂਝਹੁ ਬ੍ਰਹਮ ਗਿਆਨੀ ॥ ਧੁਨਿ ਮਹਿ ਧਿਆਨੁ ਧਿਆਨ ਮਹਿ ਜਾਨਿਆ ਗੁਰਮੁਖਿ ਅਕਥ ਕਹਾਨੀ ॥ ੩ ॥ ਮਨ ਮਹਿ ਜੋਤਿ ਜੋਤਿ ਮਹਿ ਮਨੂਆ ਪੰਚ ਮਿਲੇ ਗੁਰ ਭਾਈ ॥ ਨਾਨਕ ਤਿਨ ਕੈ ਸਦ ਬਲਿਹਾਰੀ ਜਿਨ ਏਕ ਸਬਦਿ ਲਿਵ ਲਾਈ ॥ ੪ ॥ ੯ ॥

ਜਿਨਿ ਕਿਛੁ ਕੀਆ ਸੋ ਕਿਛੁ ਕਰੈ ॥ ਅਪਨੀ ਕੀਮਤਿ ਆਪੇ ਧਰੈ ॥ ਗੁਰਮੁਖਿ ਪਰਗਟੁ ਹੋਆ ਹਰਿ ਰਾਏ ॥ ਨਾ ਕੋ ਆਵੈ ਨਾ ਕੋ ਜਾਇ ॥ ੩ ॥ ਲੋਕੁ ਧਿਕਾਰੁ ਕਹੈ ਮੰਗਤ ਜਨ ਮਾਗਤ ਮਾਨੁ ਨ ਪਾਇਆ ॥ ਸਹ ਕੀਆ ਗਲਾ ਦਰ ਕੀਆ ਬਾਤਾ ਤੈ ਤਾ ਕਹਣੁ ਕਹਾਇਆ ॥ ੪ ॥ ੮ ॥ ਰਾਮਕਲੀ ਮਹਲਾ ੧ ॥

The One who has created this universe knows its rhythm and reason. He knows its depth and divisions. The gurmukh, the one who follows the Order of this cosmos, knows its mystery. There is in the divine Order, none arrives, none leaves this world. This is revealed to the devotees who meditate and reflect. These mysteries of the Creator are beyond the comprehension of mortal beings.

Interestingly, this dissolution of the binary oppositions is continued by Guru Nanak in the most significant metaphysical paradox when he says ਆਸਤਿ ਨਾਸਤਿ ਏਕੋ ਨਾਉ ॥ Adi Granth, page 953. In other words, to believe or not to believe, amounts to the same thing. Obviously, the most important question is : what do we mean by believing or not believing? In some contexts, they are only mental gymnastics. Guru Nanak refuses to adhere to such dichotomies. There are two levels of the divine Truth ; the physical and the metaphysical. At each level, the discourse of comprehension is not the same. The manifest distinctions are not necessarily the distinctions in the domain of divine Truth, the Truth of Guru Nanak.

ਸਲੋਕ ਮਃ ੧ ॥ ਨਾ ਸਤਿ ਦੁਖੀਆ ਨਾ ਸਤਿ ਸੁਖੀਆ ਨਾ ਸਤਿ ਪਾਣੀ ਜੰਤ ਫਿਰਹਿ ॥ ਨਾ ਸਤਿ ਮੂੰਡ ਮੁਡਾਈ ਕੇਸੀ ਨਾ ਸਤਿ ਪੜਿਆ ਦੇਸ ਫਿਰਹਿ ॥ ਨਾ ਸਤਿ ਰੁਖੀ ਬਿਰਖੀ ਪਥਰ ਆਪੁ ਤਛਾਵਹਿ ਦੁਖ ਸਹਹਿ ॥ ਨਾ ਸਤਿ ਹਸਤੀ ਬਧੇ ਸੰਗਲ ਨਾ ਸਤਿ ਗਾਈ ਘਾਹੁ ਚਰਹਿ ॥ ਜਿਸੁ ਹਥਿ ਸਿਧਿ ਦੇਵੈ ਜੇ ਸੋਈ ਜਿਸ ਨੋ ਦੇਇ ਤਿਸੁ ਆਇ ਮਿਲੈ ॥ ਨਾਨਕ ਤਾ ਕਉ ਮਿਲੈ ਵਡਾਈ ਜਿਸੁ ਘਟ ਭੀਤਰਿ ਸਬਦੁ ਰਵੈ ॥ ਸਭਿ ਘਟ ਮੇਰੇ ਹਉ ਸਭਨਾ ਅੰਦਰਿ ਜਿਸਹਿ ਖੁਆਈ ਤਿਸੁ ਕਉਣੁ ਕਹੈ ॥ ਜਿਸਹਿ ਦਿਖਾਲਾ ਵਾਟੜੀ ਤਿਸਹਿ ਭੁਲਾਵੈ ਕਉਣੁ ॥ ਜਿਸਹਿ ਭੁਲਾਈ ਪੰਧ ਸਿਰਿ ਤਿਸਹਿ ਦਿਖਾਵੈ ਕਉਣੁ ॥ ੧ ॥
(Adi Granth, page 952)

As far as Guru Nanak is concerned the path to the Cosmic Truth does not lie in false religious worships and physical exercises. There is no Truth in physical austerities or extreme indulgence or baths in the holy places. All these pilgrimages and wanderings in the jungles have nothing to do with the quest for Truth. They have nothing to do with the belief in the divine revelation. Whether one gets his head shaven or wanders around in the jungles, they are all futile exercises. Physical sufferance to arrive at the cosmic Truth is no sufferance. Only the grace of the Creator can lead the devotee to the cosmic mystery. It is the sublime, divine Word that enables the human mind to comprehend the rhythm and reason of the cosmic Truth. This cosmic Truth is the principle, the cosmic force that holds the universe together. It is this cosmic Truth that enables the anthropological as well as the cosmological universe to function following the divine Order.

The discourse on Truth is both religious and philosophical. In this context we have often referred to the Christian philosopher of the fourth century, Saint Augustine. Let us see how he reflects on this concept as presented by R. A. Markus :

"In a very real sense he has made knowledge of "eternal truths" a kind of empirical knowledge, superior to that derived from sense-experience only in that it is derived from a superior kind of experience, one accessible to the mind without the intermediary of the body, and not subject to the uncertainties and relativities to which sense-experience is subject...

The intellectual light emanates from the supreme form, that of the good, and illuminates both the inferior forms, thus rendering them intelligible; and the mind that understands them -- like the sun, itself supremely visible – makes other things visible by illuminating them...For Augustine, the forms are within the divine mind, and the intellectual light which renders them intelligible is a divine illumination within the human mind. Augustine speaks of this illumination in a number of different ways, as the mind's participation in the Word of God, as God's interior presence to the mind, as Christ dwelling in the human soul and teaching the mind from within.

After enumerating a long list of things on which most of us would agree as good, he remarks : "In all these good things which I have enumerated or any others you may discover or think of, we could not say that one is better than another when we make a true judgment about them, unless there was imprinted upon us a concept of good itself (nisi esset nobis impressa notio ipsius boni), according to which we approve things and prefer some to others." This impossibility of drawing any line between idea and judgment appears very clearly, for instance, in what Augustine says about our knowledge of the human mind.

Yet, in the light of the eternal truth, we can say certain things universally true about the mind as such. We do not get such a general idea of the mind by generalising from our experience of individual minds, but we "perceive the inviable truth, whence we define perfectly –as far as we are able – not what this or that man's mind is like, but what it ought to be in the light of the eternal truth."

(R. A. Markus on Augustine in *A Critical History of Western Philosophy*, edited by D. J. O'Connor, The Free Press, New York, 1964, pp. 88-89.)

THE COSMOLOGY OF SAINT AUGUSTINE

Saint Augustine is one of the foremost philosophers of Christianity. When this fourth century neo-Platonic philosopher was converted to Christianity, he had to struggle hard to reconcile faith with reason. He defined faith as to think with consent. As a Christian, he advocated the basic contours of his faith but he could never leave the strong pull of reason. He believed that faith was the first step, the beginning, but it must be supplemented with reason. On the one hand, he thought that faith is prior to reason. Reason is powerless to attain its objective, divine happiness and the blessed life. On the other, he also maintained that faith is inferior to reason, for without reason faith would be a blind faith. This was certainly not the Christian faith. Faith requires the work of understanding in order to bring it to its fully human nature. He was not interested in philosophy for its own sake, as a discipline of rational thinking, he was a theologian, the philosopher of religion. As such, he wanted philosophy to be the handmaid of religion, not the other way round.

Our interest in the philosophy of Saint Augustine is due to the fact that both in Saint Augustine and Guru Nanak, we deal with the religious discourse. There is obviously no historical linkage. Saint Augustine belonged to the fourth century, Guru Nanak to the fifteenth. The comparison or correspondence between these two thinkers is due to the similarity of themes, the conceptual and cosmic vision that they represent. A comparison of this order is generally called, typological as compared to historical in the ordinary sense of the term.

We continue with the cosmological discourse of Saint Augustine.

For Augustine, there are two classes of things known. One is those which the mind perceives through the five senses, the other of those it perceives through itself. The first deals with the *material world.* The second is the *intelligible world, known by the mind independent of sense experience.* All knowledge is the work of soul. For Augustine, soul is a substance endowed with reason and fitted to rule a body. He does not follow the Platonic distinction of body and soul. Body, for Plato, is mortal but the soul is eternal. This Platonic duality is not accepted by Augustine. Man, for him, is composed of body and soul and man could not be without either of these two constituents. Man is a rational soul making use of a material body. Augustine distinguishes *corporeal* from *spiritual* sight. The first is seeing with eyes. This is corporeal seeing. The operation of mind belongs to another class. What is before the mind is the *likeness* of the objects, not the objects themselves. The role of will is important for Augustine. When man's attention is tuned to the images of the mind, it leads to the experience of *spiritual sight.* When this image is transferred to the experience of the by, it becomes a *corporeal sight.* The feeling of the externality of what we perceive distinguishes sense-perception from imagination. *Augustine talks of the physical process involved in sense-awareness as conveying messages to the mind, of corporeal sight as the messenger to the superior, spiritual sight. The third and the highest kind of sight, which he calls intellectual, interprets, judges and corrects the messages.*

TRUTH AND REASON

Augustine argues that truth is discovered only when mind has access to itself without the medium of bodily senses. This is the only domain where certainty is possible. For Plato, there are two worlds, the intelligible world where dwells truth and the sensible world where we deal only with the shadows or copies. The neo-Platonic understanding of Augustine follows the Platonic theory. However, with Augustine, the sensible world is not ignored. The soul and the body are considered here as two complementary constituents. For knowledge and truth Augustine cites often the propositions of mathematics and logic. The mathematical axioms and propositions are never based on experimental data. He argues that the concept of unity is never an empirical datum, objects experienced are always made of parts, endlessly divisible into parts. When we talk of a whole, or perceive a whole, it follows this comprehension only of the mind. At the same time, the sense experience is not altogether ignored. He argues that the *knowledge of eternal truth is also a kind of empirical knowledge, superior to that derived from sense-experience in that it is derived from a superior kind of experience, one accessible to the mind without the intermediary of body. It is not subject to the uncertainties and relativities to which sense-experience is subject. Understanding is the same thing for the mind as seeing is for body. Reason is the mind's sight. The theory of eternal truths existing in their own right as independent objects of intellectual knowledge suggest the way the independently existing objects of sight are seen.*

Augustine believes that thinking and reasoning discover their objects and do not create them. He draws no fundamental distinction between the propositions of logic and the basic certainties of moral judgement. The intelligible world is identified by Augustine with the divine mind. It is God's creative wisdom. The knowledge of the intelligible world is a mental vision. For Plato, the intellectual light pervading the world of forms is analogous to the light which renders material things visible to the world. The intellectual light emanates from the supreme form rendering even the inferior forms intelligible to the mind, like the sun, itself supremely visible, makes other things visible. *For Augustine, these forms are within the divine mind and the intellectual light which renders them intelligible is a divine illumination within the human mind.*

REMINISCENCE

Plato's theory of reminiscence or previous memory is the basis of the knowledge of pure forms or the eternal truth. This *a priory* knowledge left in the mind a kind of memory of another pre- and supra-mundane life. Augustine does not accept this Plato's theory of reminiscence. For him, *knowledge of the forms, ideas, concepts is not produced by the mind remembering something deposited in it previously, but it is continually discovered in the light which is perpetually present in the mind. The intellectual soul is inserted by the Creator into the natural order of intelligible realities and as such it is capable of seeing these in a certain non-corporeal light just as the corporeal eye sees things which surround it.*
For Augustine, images and concepts in the mind are the material of judgements made under illumination by the divine light. The eternal truth is the origin of all temporal things, it is an echo of the divine, eternal truth. In it we behold by a perception of the mind the patterns which govern our social, physical world as well as our divine world. The cosmological truths govern the anthropological behaviour. Man, as such, is not a simple social or anthropological being, he is existentially placed in the cosmic vision in direct correspondence with God, the Eternal Truth. *The human mind is capable of*

transcending itself. When the mind turns to the divine illumination, it perceives not only the anthropological and cosmological truth necessary for a religious, pious life but also the sublime vision of the Creator Himself. God Himself is present in this divine mind. It becomes known to us when we turn to him under this divine illumination. The human mind is privileged above other things only in being able to turn toward and acknowledge this divine presence.

MAN AND GOD HARMONY AND ALIENATION

Man is God's creature, made with a view to enjoying happiness in the vision of God, says Augustine. In this love and harmonious union, there is the state of rest; in strife and tension, there is restlessness. Augustine continues : Thou hast made us, and in making us turned us towards thyself, *our hearts are restless until they rest in thee.*

Guru Nanak :

ਆਸਾ ਮਹਲਾ ੧ ॥ ਆਖਾ ਜੀਵਾ ਵਿਸਰੈ ਮਰਿ ਜਾਉ ॥ (Adi Granth, page 9)

In meditation, I am blessed; in distraction, I wither away.

Man's nature is replete with desires, some good, some bad. Some desires lead man to happiness and beatitude, some lead him to degeneration and destruction. For Augustine, man's "Godwardness" is thus inscribed in his very nature. Augustine gives an example of weight. The heavy weight falls down, the light weight goes up. The good deeds of man, the love for righteousness are man's weight. It leads him to the right direction, to the love of God. A stone will fall if its support is removed, there is no question of its will. However, man is endowed with the faculty of will. If he wills to do good, to love and reflect, he will be pulled towards God. If he is engrossed in evil deeds, he will be estranged from the Creator. Hence, human beings have the option of choice and free will. Augustine argues that the word, love, covers the elementary forces, passions, emotions and inclinations of all kinds, on the one hand, and on the other, the freely chosen inclinations and voluntary preferences. To begin with, the conflicting desires and inclinations, desires, emotions, urges are neutral. But man being a rational creature is his own master. He is supposed to critically examine these passions and follow those which lead him to happiness and love and the union with his Creator. When man is unable to control his passions, when he chooses to follow evil, he is estranged from his Creator. Augustine calls this state of the being as *alienatio* and describes it as a voluntary surrender to impulses which lead him to involuntary captivity.

Augustine believes that right love leads to righteous life. He is concerned with moral life in this world. He would have anthropological world charged with cosmological vision. He insists on the will of man. This is where the question of right or wrong choice is introduced. A right will is right love, says Augustine, and a perverse will, perverse love. Desire to possess, fear, passion, indulgence are all evil. They lead to evil love. *Man's task is to order his inclinations and passions in such a way that his actions follow the divine order. Love itself is to be loved critically, says Augustine, so that what ought to be loved is rightly loved, and thereby we achieve virtue to live well.* This rightly ordered love is the love of a sage. Augustine continues : a man lives righteously and in holiness if he has ordered love which prevents him from loving what is not to be loved. This order leads to harmony and union with the Creator. This is the right law, the right conduct. To quote Augustine : *This discipline is God's law itself, which, while always remaining in him fixed and unalterable, is transcribed into the souls of the wise, in such a manner that they know that their lives are the better and the more sublime in proportion to the degree of perfection of their contemplating it by their minds and keeping it in their lives. The realisation of this order is wisdom, and its attainment is a work of the mind in accordance with the eternal law. This law is God's sovereign reason.*

This leads to Augustine's concept of *order* or *rational order* which in this context is divine order. For Augustine, the divine activity follows a rationality that is spiritual, that is inspired by the divine dictate. This notion of order is central to Augustine's thinking. This is obviously a neo-Platonic philosophy. It also includes the Christian concepts of suffering and pain. This world is not perfect. There is disorder and dis-organisation. There is a lack of harmony. However, all these miseries and natural evils can be surmounted by following the divine order. The divine order is not only perfect, it can bring harmony and peaceful co-existence in all things, material or spiritual. This is where the fundamental Christian concept of divine revelation in the form of Jesus Christ is very significant. Augustine is not a philosopher in the ordinary sense of the term. He does not simply rely on reason and logic, his basic anchor remains the divine intervention in the history of mankind.

(R.A. Markus in *A Critical History of Western Philosophy*, edited by D. J. O'Connor, The Free Press, New York, 1964. page 82 onwards.)

THE INDIAN TRADITIONS

THE COSMIC VISION IN HINDUISM AND BUDDHISM

Every religion presents its cosmic vision, the origin of the cosmos, the place of man in the universe, the concepts of life and death, man's relation with God, the problems of alienation, integration etc. In the following pages, we present the views of eminent scholars in their specific fields.

HINDUISM

"To the Hindu philosopher, experience is the ultimate test of truth. The word "experience" is not used in the restricted sense in which it has been used by the positivists in the West. It is used in the most comprehensive sense to cover all aspects of experience including sense experience. Since the Reality is trans-empirical, it cannot be known through sense experience in the way in which empirical objects are known. It is known through *intuitive* experience, *anubhuti*; it is the experience at the highest level, for it transcends both the rational and the sensory aspects of human experience with which we are normally acquainted...

The ultimate Reality, according to the Upanishads, is not the subject as over against the objects; it is that which underlies both the subject and the object. This truth can be realized whether we make an objective approach to it through the study of the cosmic phenomena, or a subjective approach through the study of the triple stream of waking, dreaming, and deep sleep, as in the Māndkya Upanishad. The non-dual Brahman-Atman is that in which the entire universe gets resolved; it is the underlying substratum of the triple stream of experience.

Right from the beginning of the Hindu metaphysical speculation, there have been two chief currents – one which may be called the *theistic* and the other *absolutist*. All forms of theism recognize a cosmic creator called God, whereas absolutism reduces the plurality of things to one non-dual spiritual reality.

The non-dual Brahman-Atman is conceived of in two forms in the Upanishads : (1) as the all-inclusive ground of the universe and (2) as the reality of which the universe is an appearance. The former is the *cosmic view of the Absolute*, whereas the latter is the *acosmic view*. These two views serve as the bases for the theistic and absolutist school of Vedanta. In the Chāndogya Upanishad, there is a beautiful account of the cosmic view of reality as follows : He who consists whose soul is space, containing all works, all desires, all odours and all tastes, encompassing the whole world, the speechless and the calm – this soul of mine within the heart is smaller than a grain of rice, or that of barley or a mustard seed, or a grain of millet, or the kernel of a grain of millet; this soul of mine within the heart is greater than the earth, greater than the mid-region, greater than the heaven, greater than all the worlds...

The *cosmic and the a-cosmic* views of Brahman lead to two conceptions of the world, one which considers the world to be a real emanation of Brahman and the other which regards it as an appearance of Brahman...

The nature of the self, ātman, as understood in this system is very peculiar. The self is *omnipresent and eternal*. Its attributes are cognition, desire, aversion, volition, pleasure, pain, merit and demerit. But these attributes are adventitious because they are not always present in the self. According to this system, the self has no attributes, not even consciousness in the state of release. Thus though the self is considered to be a spiritual entity, it is not in the commonly accepted sense of the term. The selves are many. Though each self is omnipresent and eternal, it is limited by the psycho-physical organism with which it is associated during transmigration. Mind which is the last in the list of substances is atomic and eternal. Each self has, its own mind which is only an instrument of knowing and is therefore, inert. It is through the mind that the self experiences and goes through transmigration...

The sāmkhya is a system of realism, dualism, and pluralism. It is realism because it recognises the reality of a world independent of spirit; it is dualism because it holds that there are two fundamental realities distinct from each other, viz. matter and spirit; and it is pluralism because it teaches a plurality of spirits. It is, in short, a qualitative dualism and a numerical pluralism. Whereas Nyāya-Vaishishika, there are as many kinds of matter as well as many souls, in the Sāmkhya unity is achieved in the realm of matter, though plurality is retained in the sphere of he souls. Like the Nyāya-Vaishishika, the Sāmkhya and the Yoga are called systems. The Yoga accepts the metaphysics of the Sāmkhya. According to the Sāmkhya, there are two basic entities constitutive of reality, viz. *purusha* and *prakriti*, spirit and matter.

Purusha is pure consciousness which is changeless and multiple; prakriti is the primal matter of creation and is inert and one. Though the two are diametrically opposed to each other, the evolution of the world takes place because of co-operation between the two.

Prakriti is constituted by the three gunas, viz. *sattva, rajas,* and *tamas*, in their state of equilibrium. When the three constituents of prakriti are of equal force, evolution does not take place; but when their balance is upset, the process of evolution begins. Since the Sāmkhya believes in the theory of transformation, it maintains that the universe is but a transformation of primal matter. The universe evolves from prakriti and is finally dissolved therein.

Purusha is of the nature of pure consciousness. The Sāmkhya postulates a plurality of purushas. The co-operation of purusha with prakriti is necarry for the evolution of the world. Just as in the proximity of a magnet the iron-filings begin to move, so in the presence of purusha, prakriti begins to evolve.

Though the Sāmkhya is an orthodox system, *there is no place for God in it*. The Yoga, however, believes in God. But God in this system is one of the objects for concentration. Devotion to God is one of the virtues which the student of Yoga must cultivate. *And so God does not occupy an important place in the metaphysical scheme of Yoga system...*

The greatest and the best known system of Vedanta is Advaita. Sankara puts the entire philosophy of Advaita in half a verse : Brahman is real : the world is an illusory appearance; the individual soul, jīva, is Brahman alone, not other. The non-duality of Brahman, the non-reality of the world, and the non-difference of the soul from Brahman – these constitute the teaching of Advaita...

Brahman-Atman which is the ultimate reality is unconditioned, without characteristics, without distinctions. But the same reality, when endowed with attributes, is called Saguna Brahman. Brahman is the same as nirguna and as saguna. There are not two Brahmans. When God is referred to as the lower Brahman, what is meant is not that Brahman has become lower in status as God, but that God is Brahman looked at from the lower level of relative experience. These are two forms of Brahman and not two Brahmans : Brahman-as-it-is-itself, and Brahman-as-it-is-in-relation-to-the-world. The former is the unconditioned Brahman; the latter is Brahman as conditioned by nomenclature, configuration and change."

(T. M. P. Mahadevan in *Hinduism*, edited by K. L. Seshagiri Rao, *Punjabi* University, Patiala, 1969, pp. 21-29.)

"The mystic way promulgated by the Yoga-Sutras of Patanjali constitutes one principle type. It may be conveniently designated soul-mysticism. The Yoga system conceives of the universe as consisting of a plurality of *purushas* and the physical universe. *God is posited but His role, both in the cosmological and axiological fields, is not dominant.* The *purusha* is enmeshed in the world of matter and this constitutes bondage. Extrication of the *purusha* from *prakriti* constitutes liberation and for working out that consummation, an eightfold path is formulated. The goal of Yoga is the release of spirit from matter. What has effected the undesirable involvement is the error on the part of the *purusha* that he is one with *prakriti*. Therefore the ultimate means of release is the removal of that error by a process of discrimination. It is not enough to have rational or intellectual discrimination. The intellectual discrimination must mature into an experiential realisation of the utter distinctness of *purusha* from *prakriti*. This end is accomplished by following the eightfold path. The first stage of the path consists of restraints of a moral character. They are truthfulness, non-violence, non-stealing, self-control and non-covetousness. The second phase consists of observances such as austerity, purity, contentment, study of scriptures and devotion to God. These observances constitute individual self-culture. The two next elements of the programme consist of a suitable training of the body and breath. The influence of the body on the mind is clearly recognised in this prescription. The fifth step consists of the withdrawal of the senses and the mind from the pursuit of sensual pleasures. It signifies the gathering up of the energies of personality inwards for purposes of directing them towards the achievement of inward illumination. These five limbs of Yoga are comparatively external. The sixth step consists of fixing the mind on some specific object. The seventh consists of continued meditation on the object. The eighth is not so much a step as the very destination. *It is samādhi or perfect inward realisation of the transcendent nature of the purusha or self. The perfection of meditation issues in the certitude of immediate insight.* The mind that is instrumental in realisation, rather the very seat of realisation, is a part, though a sublime part, of the equipment for life in bondage and when the samādhi emancipates the soul from nature, it naturally liquidates the mind also. The nature of the purusha in this state can be described as the supra-mental consciousness."

(S. S. Raghavachar in *Hindu Mysticism*, edited by K.L.S.Rao, Punjabi University, Patiala, 1969, pp. 77-78.)

BUDDHISM

"While the Upanishads unambiguously proclaim their notion of the ultimate reality, the relation of the ultimate of the approximate is left in some doubt. Given an original sentient unity, how is an insentient world of plurality of selves to emanate from it? The Upanishads seek to answer this most difficult of questions in two divergent ways. At some place, the multiplicity of things is sought to be reduced to a mere appearance or unreality. At others, the self is turned into a "god" whose power exceeds human understanding. The Upanishads, thus, adumbrate both the later tendencies of Vedanta–Advait as well as theistic.

In contrast with the Upanishadic philosophy was the prevailing outlook of the various wandering groups of ascetics called *śramans.* They were convinced of the doctrine of *karman* which made suffering an inalienable part of natural life and sought its root in the force of past actions. Man is the prisoner of a beginning-less past and he can escape from its chains only by withdrawing from the temporal process into the safe recess of eternity. This was the philosophical basis of the institution of ascetic renunciation...

If Buddha's attitude towards the soul disagreed with the simple denial of the materialists, it disagreed also with the belief in a changing soul such as was held by Jains. And he repudiated a permanent individual substance outside and behind the changing process of psychic life. These three denials appeared to lead to an impasse. Neither is the soul denied nor accepted, whether as a changing or a permanent entity. This is the famous Buddhist enigma – the enigma of Buddha's silence, the most crucial of all questions. The enigma arises because we do not see that Buddha is rejecting the very logic which the question presupposes. The very concept of the substance as means of reconciling diversity and unity, change and duration, accepted by common sense as well as science and philosophy, is hereby rejected by the Buddha as inadequate. The Buddha rejects not the soul but substances which happily is a logic-metaphysical category rather than a religious onc and hence perhaps more dispensable. The Buddha's originality is essentially philosophical. He is not rejecting a perennial spiritual tradition for he claimed was the current dogmatic exposition of spiritual verities which left him cold...

By the Buddha's time, dialectical argumentation had become common and the Buddha is the first person to clearly perceive the philosophical puzzle implicit in the concepts of change and substance. That is why he refused to categorises the spiritual being in terms of existence and non-existence, permanence and annihilation, change and substance. It is not insignificant to recall that the greatest saint of recent times, viz. Rama Krishna Paramahansa, once stated that the Buddha refused to choose between existence and non-existence because they are categories appropriate only to the world of nature. At the level of knowledge, they have no application. Thus, both philosophically and spiritually, the principle of *pratīyasamutpāda* is at once original and profound. It comprehends the contingent transiency of phenomena dialectically, leaving the realm of ultimate spiritual verity unhampered by dogmatic formulation...

It appears that it was for this reason that Dignāga produced his famous new definition – *pratyaksan kalpanāpodham* . This was the beginning of a great new direction in Buddhist philosophy. *By distinguishing what is given from what is constructed, the purely perceptive or intuitive from the interpretative or judgemental, Dignāga laid the foundation of a new school of epistemology and of the whole of Buddhist logic. The distinction between knowledge and error really belongs to the level of thought which involves the analysis and synthesis of experiences into judgements through the operation of designation, symbols and concepts. The meanings corresponding to concepts and judgements do not belong to the real world but are simply logical constructs or designata...*

At the pure intuitive level of consciousness, what is given is the indissoluble unity of subject and object. Logical truth and error cannot pertain to it. If, however, this intuitive construct-free awareness is identified with sensuous immediacy the situation changes. Sensuous immediacy presupposes not only an implicit distinction of subjects and objects but also its own temporal particularity...*At this level, therefore, a distinction of real and illusory perception is inevitable...*

By radically distinguishing perceptual experience from intellectual judgement, Dignāga and Dharmakīrti distinguished a real world of perishing point-instants from a constructed world super-imposed upon it. The "things" of common sense are merely constructs blessed with names. *"From constructs arise names, from names, constructs", śabdāh vikalpayonayah vikalpah śabdayonayah.* Language deals with these constructs rather than with realities. Words refer only to the images of things, arthapratibimbaka, and that too by a process of negation. Designation is really a demarcation. Words are incapable of communicating the real in its positive and unique nature. They only communicate and abstract constructed world of images with lines of demarcation intersecting it. This is the celebrated theory of Apoha."

(G. C. Pande in *Buddhist Philosophy*, edited by K. L. S. Rao, Punjabi University, Patiala, 1969, pp.24-35.)

From these quotations of eminent scholars in each religious tradition, it is obvious that there are very different metaphysical approaches in their cosmic visions. In their discussions of the religious discourse, the place of the Creator and the creation, there are varied opinions. In Hinduism, there is even a conceptual opposition of cosmic/a-cosmic. The most sacred texts of Hinduism are not even supposed to be created by God. They are eternal truths, so according to the native commentators, they are the articulations of the sages. There are invocations to gods, who are in fact, the symbolic representations of different cosmic or natural forces. To begin with, at the philosophical/metaphysical level, they are only semiotic representations, but in the course of the traditional practices, they acquire independent entities and are worshipped as such. The destiny of man is determined by his deeds, mostly in his earlier births. The karma theory becomes the most salient feature of all Hindu and Buddhist metaphysics. The elaborate rituals and ascetic practices inaugurated by the Yoga shastras become the cornerstone of the entire Indian religious discourse.

Let us follow both Hinduism and Buddhism in some detail.

The early Hindu discourse is articulated in three successive stages : the Vedas, the Brāhmanas and the Upanishads . There are four Vedas : Rg, Yajur, Sāma, Atharva. The Vedas are the most primitive form, mostly invocations to the natural forces like water, fire, rain, life, death.

There are six philosophical schools in this tradition : Nyāya,

Vaishishika, Sāmkhya, Yoga, Mīmāmsā and Vedanta.

The Nyāya philosophers are the logicians of Hinduism. They are primarily concerned with the critical examination of particular objects, the source and the validity of knowledge. The sacred and the profane are merged with each other. What matters is the logical conclusion of the argument. Off and on, there are attempts at giving logical proofs of the existence of God but these statements remain well within the scientific discourse. There is emphasis on epistemology, the examination of four parmānas, pratykshya (sense perception), anumāna (inference), upamāna (analogy), and śabda (scriptural testimony).

The Vaishishika system emphasizes the significance of the particular. It is mainly a classification of the objects of knowledge in contrast to the Nyāya which concentrates on the analysis of the means of knowledge.

The Sāmkhya is known for its theory of evolution. It is the most materialist of the six schools. With the conceptual opposition of *parusha* and *prakriti*, it explains creativity in the natural universe. There are three gunas : sattva, rajas and tamas which are responsible for all creation, all propagation. As opposed to the soul of the Vedas, the Sāmkhya considers the matter to be eternal.

The Yogic philosophers and ascetics depend heavily on Sāmkhya for their metaphysics. There is no place for God. What matters is the eightfold system of physical discipline with abstention, observance, posture, breath control, withdrawal of the senses, fixed attention, contemplation and concentration. All these emphasize physical discipline and asceticism.

The Mīmāmsa and the Vedas go together. There is a very heavy emphasis on ritual, the worship of the main three gods, of creation, preservation and destruction, Brahma, Vishnu and Shiva, and numerous other gods of the Hindu pantheon. The Karma baggage is the most critical question. The only way to lighten this burden is the life of an ascetic and the ritual practices controlled by the priests. The emphasis on the sacred purity of the language of the Vedas gave rise to the tradition of the great grammarians, Pānini and Bhartrihari.

The concepts of reality and diversity or multiplicity are quite ambiguous in the Upanishads. At times, the multiplicity is considered as only an appearance, at others, the self is turned into a "god: whose power exceeds human understanding.

As far as Buddha was considered, he disagreed with both the Vedantic spiritualists and the materialists of the Sāmkhya system. He refused to categorise human being in terms of existence and non-existence. G. C. Pande quotes (cited above) Rama Krishna Paramahansa that the Buddha refused to choose between existence and non-existence because they are categories appropriate only to the world of nature. At the level of self-knowledge, they have no application.

In this context, it is significant to note that a number of such conceptual oppositions which are applicable to nature or the anthropological universe are dissolved in the cosmological universe by Guru Nanak :

ਆਸਤਿ ਨਾਸਤਿ ਏਕੋ ਨਾਉ ॥ (Adi Granth, page 953)

To believe or not to believe amounts to the same thing. The distinction between the cosmic and the a-cosmic universe is dissolved. As opposed to the Hindu or the Buddhist position, there is no hesitation. The metaphysical statement is transparent and transcendent.

ਨਾ ਹਉ ਨਾ ਮੈ ਨਾ ਹਉ ਹੋਵਾ ਨਾਨਕ ਸਬਦੁ ਵੀਚਾਰਿ ॥ (Adi Granth, page 139)

Neither is there existence nor non-existence, (to be or not to be), this discourse requires deep reflection.

ਨਾ ਕੋ ਆਵੈ ਨਾ ਕੋ ਜਾਇ ॥ (Adi Granth, page 878)

None comes, none leaves. Even the opposition of time and

space, life and death is dissolved.

ਮਰਣੈ ਕੀ ਚਿੰਤਾ ਨਹੀ ਜੀਵਣ ਕੀ ਨਹੀ ਆਸ ॥ (Adi Granth, page 20)
Neither there is the fear of death nor is there any lust for life. The existential state is in perfect harmony.

In the same vein, we have :
ਪੁਰਖ ਮਹਿ ਨਾਰਿ ਨਾਰਿ ਮਹਿ ਪੁਰਖਾ ਬੂਝਹੁ ਬ੍ਰਹਮ ਗਿਆਨੀ ॥ (Adi Granth, page 878)

There are female elements in every male and male elements in every female. This mystery is understood only by the wisest sages.
In other words, the manifest, physical distinctions have no significance in the conceptual universe of sublime knowledge. This metaphysical understanding of male/female binary opposition, so dear to modern psychologists and even in the feminist movements, transcends the physical boundaries.
In other words, in the cosmic discourse of Guru Nanak, the manifest categories of the anthropological world are not only dissolved, the devotee is invited to meditate and reflect upon these metaphysical conceptual oppositions as do the wisest sages.
The concept of *karma* plays a very significant role in Hinduism. A human being is born with the baggage of karma in his earlier births. He/she is invited to perform all the prevalent religious rituals and to lead a life of an ascetic to achieve salvation. In Buddhism, this theory of karma acquires even more significant role. For Buddha, whether God exists or not is not the question. All human suffering is due to karma with which a being is laden with since numerous earlier births. The *jatakas*, the narratives of the earlier lives of Buddha, play a very important role in understanding the path of salvation. Furthermore, even though the gods of Hinduism are not recognised, there is all the same a pantheon of

Buddhist gods and goddesses. At the philosophical and semiotic level, they are only the symbols of different natural forces or energies; in practice, both in Hinduism and Buddhism, they become the most important objects of worship.

The second kernel theme is asceticism which is common to both Hinduism and Buddhism. All the yogic exercises in one form or the other are rigorously pursued in this tradition.

Guru Nanak resolutely refutes these Hindu-Buddhist practices of the ascetics and all the rituals which accompany them. There are references to karma but these deeds belong to the anthropological world in this life. The human life is already a divine gift. What matters are the good deeds and meditation and reflection on the cosmological Truth. The Gurmukh follows the discourse of the Guru of eternal Truth. Even suffering that is the kernel problematic for Buddhism is considered a divine gift, for in suffering, in *dukh*, the human beings meditate and reflect and lead a life of truth and love. In *sukh*, in indulgencc, thcrc is decay and degeneration. As opposed to ritually worshipping the god in stone, Guru Nanak presents the *ārtī*, the cosmic vision as the sublime worship.

ਰਾਗੁ ਧਨਾਸਰੀ ਮਹਲਾ ੧ ॥ ਗਗਨ ਮੈ ਥਾਲੁ ਰਵਿ ਚੰਦੁ ਦੀਪਕ ਬਨੇ ਤਾਰਿਕਾ ਮੰਡਲ ਜਨਕ ਮੋਤੀ ॥ ਧੂਪੁ ਮਲਆਨਲੋ ਪਵਣੁ ਚਵਰੋ ਕਰੇ ਸਗਲ ਬਨਰਾਇ ਫੂਲੰਤ ਜੋਤੀ ॥ ੧ ॥ ਕੈਸੀ ਆਰਤੀ ਹੋਇ ॥ ਭਵ ਖੰਡਨਾ ਤੇਰੀ ਆਰਤੀ ॥ ਅਨਹਤਾ ਸਬਦ ਵਾਜੰਤ ਭੇਰੀ ॥ ੧ ॥ ਰਹਾਉ ॥ ਸਹਸ ਤਵ ਨੈਨ ਨਨ ਨੈਨ ਹਹਿ ਤੋਹਿ ਕਉ ਸਹਸ ਮੂਰਤਿ ਨਨਾ ਏਕ ਤੁੋਹੀ ॥ ਸਹਸ ਪਦ ਬਿਮਲ ਨਨ ਏਕ ਪਦ ਗੰਧ ਬਿਨੁ ਸਹਸ ਤਵ ਗੰਧ ਇਵ ਚਲਤ ਮੋਹੀ ॥ ੨ ॥ ਸਭ ਮਹਿ ਜੋਤਿ ਜੋਤਿ ਹੈ ਸੋਇ ॥ ਤਿਸ ਦੈ ਚਾਨਣਿ ਸਭ ਮਹਿ ਚਾਨਣੁ ਹੋਇ ॥ ਗੁਰ ਸਾਖੀ ਜੋਤਿ ਪਰਗਟੁ ਹੋਇ ॥ ਜੋ ਤਿਸੁ ਭਾਵੈ ਸੁ ਆਰਤੀ ਹੋਇ ॥ ੩ ॥

(Adi Granth, page 13)

The sky is lit with the divine lamps of sun and moon. The east and the west winds sweep the entire universe with their fragrant breeze. This is the cosmic worship of the Lord of the universe. It resounds with the divine rhythm, the divine

Word. There are thousands of visions, thousands of eyes piercing through the cosmic space who meditate on one unique Creator. His sublime light enlightens each and every creature. Its light spreads all over, in the heart of every being. The Guru's discourse is the veritable light for his devotees. The celestial worship follows the Will of the Lord, its divine Discourse.

As for the yogis who deceive the innocent people with their magical, false performances, Guru Nanak has nothing but disgust and dismay.

ਮਃ ੧ ॥ ਵਾਇਨਿ ਚੇਲੇ ਨਚਨਿ ਗੁਰ ॥ ਪੈਰ ਹਲਾਇਨਿ ਫੇਰਨ੍ਹਿ ਸਿਰ ॥ ਉਡਿ ਉਡਿ ਰਾਵਾ ਝਾਟੈ ਪਾਇ ॥ ਵੇਖੈ ਲੋਕੁ ਹਸੈ ਘਰਿ ਜਾਇ ॥ ਰੋਟੀਆ ਕਾਰਣਿ ਪੂਰਹਿ ਤਾਲ ॥ ਆਪੁ ਪਛਾੜਹਿ ਧਰਤੀ ਨਾਲਿ ॥

(Adi Granth, page 465)

The disciples follow the gurus who dance and demonstrate their physical, magical acts. Their feet move, their heads in trance. There is dust all over. The spectators' hair and minds are drenched in this dusty atmosphere. They enjoy this spectacle. They laugh and go home after this shameful drama. All this is done for a few loaves of bread. The religious life is reduced to such gimmicks.

The Guru tells the yogis the true path of yoga that is beyond the garbs of the sects, beyond the manifest deceiving symbols devoid of all significance.

ਜੋਗੁ ਨ ਖਿੰਥਾ ਜੋਗੁ ਨ ਡੰਡੈ ਜੋਗੁ ਨ ਭਸਮ ਚੜਾਈਐ ॥ ਜੋਗੁ ਨ ਮੁੰਦੀ ਮੂੰਡਿ ਮੁਡਾਇਐ ਜੋਗੁ ਨ ਸਿਙੀ ਵਾਈਐ ॥ ਅੰਜਨ ਮਾਹਿ ਨਿਰੰਜਨਿ ਰਹੀਐ ਜੋਗ ਜੁਗਤਿ ਇਵ ਪਾਈਐ ॥ ੧ ॥ ਗਲੀ ਜੋਗੁ ਨ ਹੋਈ ॥ ਏਕ ਦ੍ਰਿਸਟਿ ਕਰਿ ਸਮਸਰਿ ਜਾਣੈ ਜੋਗੀ ਕਹੀਐ ਸੋਈ ॥ ੧ ॥ ਰਹਾਉ ॥ ਜੋਗੁ ਨ ਬਾਹਰਿ ਮੜੀ ਮਸਾਣੀ ਜੋਗੁ ਨ ਤਾੜੀ ਲਾਈਐ ॥ ਜੋਗੁ ਨ ਦੇਸਿ ਦਿਸੰਤਰਿ ਭਵਿਐ ਜੋਗੁ ਨ ਤੀਰਥਿ ਨਾਈਐ ॥ ਅੰਜਨ ਮਾਹਿ ਨਿਰੰਜਨਿ ਰਹੀਐ ਜੋਗ ਜੁਗਤਿ ਇਵ ਪਾਈਐ ॥ ੨ ॥ (Adi Granth, page 730)

There is no yog in the torn clothes, the staff of a yogi, the body smeared with ashes. There is no yog in the yogic earrings, the shaven heads, the sounds of the trumpets. The true yog lies in remaining above all the temptations of the world, in meditation and reflection on the truth of the Creator. There is no yog in clever chat. The true yogi is he who surmounts all divisions and discriminations, all dualities and distractions.
There is no yog in wandering around in graveyards, there is no yog in ascetic exercises. There is no yog in wandering in the jungles, in pilgrimages. The true yog is in a steady and balanced state of mind, a state of meditation and reflection.

ਧਨਾਸਰੀ ਮਹਲਾ ੧ ॥ ਕਾਇਆ ਕਾਗਦੁ ਮਨੁ ਪਰਵਾਣਾ ॥ ਸਿਰ ਕੇ ਲੇਖ ਨ ਪੜੈ ਇਆਣਾ ॥ ਦਰਗਹ ਘੜੀਅਹਿ ਤੀਨੇ ਲੇਖ ॥ ਖੋਟਾ ਕਾਮਿ ਨ ਆਵੈ ਵੇਖੁ ॥ ੧ ॥ ਨਾਨਕ ਜੇ ਵਿਚਿ ਰੁਪਾ ਹੋਇ ॥ ਖਰਾ ਖਰਾ ਆਖੈ ਸਭੁ ਕੋਇ ॥ ੧ ॥ ਰਹਾਉ ॥ ਕਾਦੀ ਕੂੜੁ ਬੋਲਿ ਮਲੁ ਖਾਇ ॥ ਬ੍ਰਾਹਮਣੁ ਨਾਵੈ ਜੀਆ ਘਾਇ ॥ ਜੋਗੀ ਜੁਗਤਿ ਨ ਜਾਣੈ ਅੰਧੁ ॥ ਤੀਨੇ ਓਜਾੜੇ ਕਾ ਬੰਧੁ ॥ ੨ ॥ ਸੋ ਜੋਗੀ ਜੋ ਜੁਗਤਿ ਪਛਾਣੈ ॥ ਗੁਰ ਪਰਸਾਦੀ ਏਕੋ ਜਾਣੈ ॥ ਕਾਜੀ ਸੋ ਜੋ ਉਲਟੀ ਕਰੈ ॥ ਗੁਰ ਪਰਸਾਦੀ ਜੀਵਤੁ ਮਰੈ ॥ ਸੋ ਬ੍ਰਾਹਮਣੁ ਜੋ ਬ੍ਰਹਮੁ ਬੀਚਾਰੈ ॥ ਆਪਿ ਤਰੈ ਸਗਲੇ ਕੁਲ ਤਾਰੈ ॥ ੩ ॥ ਦਾਨਸਬੰਦੁ ਸੋਈ ਦਿਲਿ ਧੋਵੈ ॥ ਮੁਸਲਮਾਣੁ ਸੋਈ ਮਲੁ ਖੋਵੈ ॥ ਪੜਿਆ ਬੂਝੈ ਸੋ ਪਰਵਾਣੁ ॥ ਜਿਸੁ ਸਿਰਿ ਦਰਗਹ ਕਾ ਨੀਸਾਣੁ ॥
(Adi Granth, page 662)

The ignorant does not read the writ of the Lord. He does not understand the significance of human existence, of divine judgment. The deeds decide the fate of a person. If there is gold in one's thoughts and deeds, its purity will be known to all.
The Qazi is drenched in falsehood and deceit. The Brahman is bloodthirsty, to cleanse his misdeeds, he bathes in the holy waters. The yogi does not comprehend the divine discourse. All these three are responsible for their own decadence.
The yogi is he who understands the cosmic discourse, who follows the divine Word. The Qazi is he who is above all the temptations of this material world, who follows the discourse

of his Master. The Brahmin is he who reflects upon the cosmic discourse. He is saved and helps others to cross the river of sufferance. The wise being is he who comprehends the mystery of the cosmic forces. A Muslim is he who is pure in thought and mind. A learned is he who has acquired the wisdom of the cosmic rhythms. He is resplendent in the light of divine knowledge.

In other words, Guru Nanak never questions the religious association of any devotee. He may be a yogi, a Brahmin or a Muslim. What matters for him are not the outer symbolic, ceremonial manifestations. The Guru emphasises the significance of the eternal truth, purity in thought and deed, and comprehension of the divine discourse.

**ਗਉੜੀ ਮਹਲਾ ੧ ॥ ਅਧਿਆਤਮ ਕਰਮ ਕਰੇ ਤਾ ਸਾਚਾ ॥ ਮੁਕਤਿ ਭੇਦੁ ਕਿਆ ਜਾਣੈ ਕਾਚਾ ॥ ੧ ॥
ਐਸਾ ਜੋਗੀ ਜੁਗਤਿ ਬੀਚਾਰੈ ॥ ਪੰਚ ਮਾਰਿ ਸਾਚੁ ਉਰਿ ਧਾਰੈ ॥ ੧ ॥ ਰਹਾਉ ॥ ਜਿਸ ਕੈ ਅੰਤਰਿ
ਸਾਚੁ ਵਸਾਵੈ ॥ ਜੋਗ ਜੁਗਤਿ ਕੀ ਕੀਮਤਿ ਪਾਵੈ ॥ ੨ ॥ ਰਵਿ ਸਸਿ ਏਕੋ ਗ੍ਰਿਹ ਉਦਿਆਨੈ ॥ ਕਰਣੀ
ਕੀਰਤਿ ਕਰਮ ਸਮਾਨੈ ॥ ੩ ॥ ਏਕ ਸਬਦ ਇਕ ਭਿਖਿਆ ਮਾਗੈ ॥ ਗਿਆਨੁ ਧਿਆਨੁ ਜੁਗਤਿ ਸਚੁ
ਜਾਗੈ ॥ ੪ ॥ ਭੈ ਰਚਿ ਰਹੈ ਨ ਬਾਹਰਿ ਜਾਇ ॥ ਕੀਮਤਿ ਕਉਣ ਰਹੈ ਲਿਵ ਲਾਇ ॥ ੫ ॥ ਆਪੇ
ਮੇਲੇ ਭਰਮੁ ਚੁਕਾਏ ॥ ਗੁਰ ਪਰਸਾਦਿ ਪਰਮ ਪਦੁ ਪਾਏ ॥ ੬ ॥ ਗੁਰ ਕੀ ਸੇਵਾ ਸਬਦੁ ਵੀਚਾਰੁ ॥
ਹਉਮੈ ਮਾਰੇ ਕਰਣੀ ਸਾਰੁ ॥ ੭ ॥ ਜਪ ਤਪ ਸੰਜਮ ਪਾਠ ਪੁਰਾਣੁ ॥ ਕਹੁ ਨਾਨਕ ਅਪਰੰਪਰ ਮਾਨੁ ॥**
(Adi Granth, page 223)

The discourse on the true yogi continues.

The being who meditates and reflects upon the cosmic mystery, who follows the discourse of truth is the true yogi. The ignorant cannot fathom the depth of the cosmos. The true yogi realizes the undercurrents of the divine discourse. He controls his five passions and leads a life of balance and serenity. His inner being is saturated with divine truth. He follows the divine path. The sun and the moon, the heat and the cold, have the same effect on him. He is not derailed by the distractions of nature. He is sustained by the sublime Word of the Creator. He has acquired the wisdom of the sages, the truth of the universe. He is never distracted by worldly temptations. He concentrates upon one unique truth. He is in tune with the divine rhythm. He has surmounted all dualities and divisions of the mind. With the grace of the Guru, he is elevated to higher levels of consciousness. He has subdued all passions and temptations, all prides and prejudices. With meditation and reflection, he has transcended the anthropological universe to acquire the knowledge of the cosmological discourse. Such a yogi is obviously the chosen of the Creator.

To sum up this discussion, it is obvious that in the different schools of philosophy in both Hinduism and Buddhism there are reflections in the domain of metaphysics. There are varied views about cosmic/a-cosmic visions of the universe. At this level of reflection, there are similarities in philosophical outlook even when there are very subtle differences. It is only here that Buddha refused to distinguish between existence and non-existence and Guru Nanak could state that to believe or not to believe amounts to the same discourse. These differences are found in the Mīmāmsa-Vedānta and Sāmkhya-Yoga reflections.

When these philosophical reflections were used to regulate the social order, when the karma theory was used to establish caste hierarchy, for the karma, the actions in the so-called previous births became the main criterion for the social status of human beings, the decay and decadence was the order of the day. The metaphysical reflections influenced the anthropological world. When the symbols of natural forces, the gods and goddesses were given human forms and their ceremonial worship became the sole goal of religious life, the religion was reduced to mere ceremonies and superstitions. The priest craft took over the reigns of the anthropological order. When the simple physical phenomenon of the displacement of sun and moon in the form of eclipses was worshipped as the fight of good versus evil and millions of

devotees took holy baths to save the gods, the religious semiotics and symbolism was reduced to intellectual darkness.
By the fifteen century, in the times of Guru Nanak, the religious landscape of India was replete with superstitions and corrupt priest craft. Guru Nanak resolutely opposed these ceremonial practices of blind faith. The Indian religious order was condemned to ignorance and superstition. The social and political order was rotten :

ਕੂੜੁ ਰਾਜਾ ਕੂੜੁ ਪਰਜਾ ਕੂੜੁ ਸਭੁ ਸੰਸਾਰੁ ॥ (Adi Granth, page 468)
The society is completely rotten. The rulers are rotten and so are the ruled. The whole world is condemned to decay and decadence.

As far as Guru Nanak is concerned, there is only one divine concept that matters. It is the eternal **ਸਚੁ**, Truth. It is Truth that decides what is pure or what is polluted, what is right or what is wrong, what is just or what is unjust :

ਵਰਨੁ ਭੇਖੁ ਅਸਰੂਪੁ ਸੁ ਏਕੋ ਏਕੋ ਸਬਦੁ ਵਿਡਾਣੀ ॥ ਸਾਚ ਬਿਨਾ ਸੂਚਾ ਕੋ ਨਾਹੀ ਨਾਨਕ ਅਕਥ ਕਹਾਣੀ ॥
(Adi Granth, page 946)

All disguises and deceptions are a wanton waste. There is but one divine Word, one Divine Discourse. It is the Cosmic Truth that decides what is sacred and what is profane, what is pure and what is polluted.

ਵਾਪਾਰੀ ਵਣਜਾਰਿਆ ਆਏ ਵਜਹੁ ਲਿਖਾਇ ॥ ਕਾਰ ਕਮਾਵਹਿ ਸਚ ਕੀ ਲਾਹਾ ਮਿਲੈ ਰਜਾਇ ॥ ਪੂੰਜੀ ਸਾਚੀ ਗੁਰੁ ਮਿਲੈ ਨਾ ਤਿਸੁ ਤਿਲੁ ਨ ਤਮਾਇ ॥ ੬ ॥ ਗੁਰਮੁਖਿ ਤੋਲਿ ਤੁੋਲਾਇਸੀ ਸਚੁ ਤਰਾਜੀ ਤੋਲੁ ॥ ਆਸਾ ਮਨਸਾ ਮੋਹਣੀ ਗੁਰਿ ਠਾਕੀ ਸਚੁ ਬੋਲੁ ॥ ਆਪਿ ਤੁਲਾਏ ਤੋਲਸੀ ਪੂਰੇ ਪੂਰਾ ਤੋਲੁ ॥ (Adi Granth, page 59)

The trader is supposed to trade in Truth. His investment is Truth, his profit is Truth. It is only the grace of the Guru that leads the devotee to the trade of Truth, to the meditation of Truth. The Gurmukh, the follower of the discourse of the Guru, follows only one path, the path of Truth. His balance is always inclined towards Truth. There is no imbalance in this trade. Truth is the only criterion. With the grace of the Guru, the trade in Truth is in tune with divine harmony, divine rhythm.

ਸਲੋਕੁ ਮਃ ੧ ॥ ਪਹਿਲਾ ਸੁਚਾ ਆਪਿ ਹੋਇ ਸੁਚੈ ਬੈਠਾ ਆਇ ॥ ਸੁਚੇ ਅਗੈ ਰਖਿਓਨੁ ਕੋਇ ਨ ਭਿਟਿਓ ਜਾਇ ॥ ਸੁਚਾ ਹੋਇ ਕੈ ਜੇਵਿਆ ਲਗਾ ਪੜਣਿ ਸਲੋਕੁ ॥ ਕੁਹਥੀ ਜਾਈ ਸਟਿਆ ਕਿਸੁ ਏਹੁ ਲਗਾ ਦੋਖੁ ॥ ਅੰਨੁ ਦੇਵਤਾ ਪਾਣੀ ਦੇਵਤਾ ਬੈਸੰਤਰੁ ਦੇਵਤਾ ਲੂਣੁ ਪੰਜਵਾ ਪਾਇਆ ਘਿਰਤੁ ॥ ਤਾ ਹੋਆ ਪਾਕੁ ਪਵਿਤੁ ॥
(Adi Granth, page 473)

The opposition pure/polluted is meaningless. The divine purity belongs to the Creator. He is the incarnation of Truth, of purity. The devotion of the Pure is the only pure act. It is this divine purity that decides the purity/pollution of this world. All the gods of food, water and fire derive their purity from the Eternal Pure Cosmos. It is the Divine Discourse of Truth and Purity that is the ultimate criterion of all distinctions, all differences.

ਸਾਚੀ ਕੀਰਤਿ ਸਾਚੀ ਬਾਣੀ ॥ ਹੋਰ ਨ ਦੀਸੈ ਬੇਦ ਪੁਰਾਣੀ ॥ ਪੂੰਜੀ ਸਾਚੁ ਸਚੇ ਗੁਣ ਗਾਵਾ ਮੈ ਧਰ ਹੋਰ ਨ ਕਾਈ ਹੇ ॥ ੧੫ ॥ ਜੁਗੁ ਜੁਗੁ ਸਾਚਾ ਹੈ ਭੀ ਹੋਸੀ ॥ ਕਉਣੁ ਨ ਮੂਆ ਕਉਣੁ ਨ ਮਰਸੀ ॥ ਨਾਨਕੁ ਨੀਚੁ ਕਹੈ ਬੇਨੰਤੀ ਦਰਿ ਦੇਖਹੁ ਲਿਵ ਲਾਈ ਹੇ ॥ (Adi Granth, page 1022)

In deeds and discourse, there is Truth. Truth is my investment. Truth is my trade. Truth is my speech. Truth is my act. There is none other than this divine Truth that is my anchor, my guide. This Truth is Eternal, it lasts for ever. It was, it will be, the reason and rhyme of all existence, anthropological or cosmological. It transcends all life and death, all space and time. In meditation, in reflection, I pray only for this Sublime Truth.

ਗੁਰਮੁਖਿ ਜਾਗਿ ਰਹੇ ਦਿਨ ਰਾਤੀ ॥ ਸਾਚੇ ਕੀ ਲਿਵ ਗੁਰਮਤਿ ਜਾਤੀ ॥ ਮਨਮੁਖ ਸੋਇ ਰਹੇ ਸੇ ਲੂਟੇ ਗੁਰਮੁਖਿ ਸਾਬਤੁ ਭਾਈ ਹੇ ॥ ੪ ॥ ਕੂੜੇ ਆਵੈ ਕੂੜੇ ਜਾਵੈ ॥ ਕੂੜੇ ਰਾਤੀ ਕੂੜੁ ਕਮਾਵੈ ॥ ਸਬਦਿ ਮਿਲੇ ਸੇ ਦਰਗਹ ਪੈਧੇ ਗੁਰਮੁਖਿ ਸੁਰਤਿ ਸਮਾਈ ਹੇ ॥ ੫ ॥ ਕੂੜਿ ਮੁਠੀ ਠਗੀ ਠਗਵਾੜੀ ॥ ਜਿਉ ਵਾੜੀ ਓਜਾੜਿ ਉਜਾੜੀ ॥ ਨਾਮ ਬਿਨਾ ਕਿਛੁ ਸਾਦਿ ਨ ਲਾਗੈ ਹਰਿ ਬਿਸਰਿਐ ਦੁਖੁ ਪਾਈ ਹੇ ॥ ੬ ॥ (Adi Granth, page 1024)

The Gurmukh, who follows the discourse of the Guru, is always awake. He meditates and reflects on this eternal Truth. The Manmukh, who does not follow the discourse of the Guru, who is ignorant and oblivious of the eternal Truth, is asleep, he is stuck in the darkness of dualities. There is kūr, **ਕੂੜ,** falsehood, all over. In falsehood, the Manmukh spends his life in falsehood, he is lost. The Gurmukh follows the divine path, the path of the discourse of the Guru. He meditates and reflects upon this sublime Truth. The world of falsehood is in ruins, it is plundered by rotten thoughts and deeds. Bereft of the Word of the Guru, the discourse of Truth, there is indulgence, sufferance, decay and degeneration. In spite of all these dualities and divisions, all these distractions and decadence, the Guru is optimist. Falsehood, deception and degeneration will wither away, ultimately Truth will triumph.

ਕੂੜ ਨਿਖੁਟੇ ਨਾਨਕਾ ਓੜਕਿ ਸਚਿ ਰਹੀ ॥ (Adi Granth, page 953)

GURU NANAK'S CRITIQUE OF INDIAN TRADITION AND THE RELIGIOUS DISCOURSE

In all religions there are two levels.

There is the level of reflection and thinking. This is the domain of the philosophers who discourse on the universal ideas of creation and destruction, of life and death. They attempt to analyse the universal principles of nature. They reflect on what truth and justice represent for the whole humanity.

The other level is that of anthropology. At this level, every aspect of nature is transformed into a god or goddess. The houses of worship, the temples are constructed and the gods and the goddesses are installed as statues, as human figures of male and female. In ancient Egypt, in Greece, in India this pattern was followed. In these traditions, the devotees worshipped gods of water, fire, rivers, mountains, wealth, vengeance, health, disease, creation, destruction. The rituals became more important than the philosophies of truth and harmony of the philosophers and thinkers.

In India, the gods, Brahma, Vishnu and Shiva are supposed to represent the principles of creation, growth and destruction. The six great schools of philosophy presented the most logical explanations of these universal principles. The Vedantins concentrated on the absolute immortality and eternity of the Soul, the Spirit. For the philosophers of the materialist schools of Sankhya, it was the Matter that was eternal. These were most profound philosophical speculations. But these theoretical propositions could not satisfy the general public, and like the Egyptians and the Greeks, the Hindus also began to worship the statues, the stones, instead of meditating on their highly complex theories. The universality of philosophical ideas was invariably transformed into the specificity of these rituals. The scientific explanations were forgotten. They were replaced by superstition and blind worship.

In Christianity, there are statues of Jesus Christ and Mary and hundreds of local saints which serve the same function as gods and goddesses of Hinduism. In Islam, the worship of saints, pirs, faqirs and their burial places is very common. The rites and rituals take over. The philosophers and thinkers are always forgotten. They are found only in the libraries. The anthropological level of rahit maryada, of the codes of dress and diet, of the ceremonies at the time of birth, marriage and death become the most important aspect of religious living.

In the fifteenth century India, Guru Nanak reflected upon the dominance of these modes of worship and the way they had corrupted the social fabric of the country. His critique covered all aspects of society, the superstitions and the ignorance in the religious domain and the absolute decadence in social and political life.

ਸਲੋਕੁ ਮਃ ੧ ॥ ਕਲਿ ਕਾਤੀ ਰਾਜੇ ਕਾਸਾਈ ਧਰਮੁ ਪੰਖ ਕਰਿ ਉਡਰਿਆ ॥ ਕੂੜੁ ਅਮਾਵਸ ਸਚੁ ਚੰਦ੍ਰਮਾ ਦੀਸੈ ਨਾਹੀ ਕਹ ਚੜਿਆ ॥ ਹਉ ਭਾਲਿ ਵਿਕੁੰਨੀ ਹੋਈ ॥ ਆਧੇਰੈ ਰਾਹੁ ਨ ਕੋਈ ॥ ਵਿਚਿ ਹਉਮੈ ਕਰਿ ਦੁਖੁ ਰੋਈ ॥ ਕਹੁ ਨਾਨਕ ਕਿਨਿ ਬਿਧਿ ਗਤਿ ਹੋਈ ॥ (Adi Granth, p.145)

In this age of Kaliyug, religion has withered away. The kings are butchers and the populace suffers all indignities. There is the darkness of falsehood all over. The moon of truth is hidden under the clouds of corruption. Deception and betrayal are the order of the day.

ਸਲੋਕੁ ਮਃ ੧ ॥ ਕੂੜੁ ਰਾਜਾ ਕੂੜੁ ਪਰਜਾ ਕੂੜੁ ਸਭੁ ਸੰਸਾਰੁ ॥ ਕੂੜੁ ਮੰਡਪ ਕੂੜੁ ਮਾੜੀ ਕੂੜੁ ਬੈਸਣਹਾਰੁ ॥ ਕੂੜੁ ਸੁਇਨਾ ਕੂੜੁ ਰੁਪਾ ਕੂੜੁ ਪੈਨ੍ਹਣਹਾਰੁ ॥ ਕੂੜੁ ਕਾਇਆ ਕੂੜੁ ਕਪੜੁ ਕੂੜੁ ਰੂਪੁ ਅਪਾਰੁ ॥ ਕੂੜੁ ਮੀਆ ਕੂੜੁ ਬੀਬੀ ਖਪਿ ਹੋਏ ਖਾਰੁ ॥ ਕੂੜਿ ਕੂੜੈ ਨੇਹੁ ਲਗਾ ਵਿਸਰਿਆ ਕਰਤਾਰੁ ॥ ਕਿਸੁ ਨਾਲਿ ਕੀਚੈ ਦੋਸਤੀ ਸਭੁ ਜਗੁ ਚਲਣਹਾਰੁ ॥ ਕੂੜੁ ਮਿਠਾ ਕੂੜੁ ਮਾਖਿਉ ਕੂੜੁ ਡੋਬੇ ਪੂਰੁ ॥ ਨਾਨਕੁ ਵਖਾਣੈ ਬੇਨਤੀ ਤੁਧੁ ਬਾਝੁ ਕੂੜੋ ਕੂੜੁ ॥
(Adi Granth, p.468)

The rulers, the ruled, the world at large are all drenched in falsehood and corruption. The palaces, the mansions, the huts and the householders are stuck in dirty deals. All gold and silver, all dresses and diets, every thing and every being eats, sleeps, lives in this darkness of deception. There is no honesty between husband and wife, between friends and relations. This world is transitory, a matter of few days. There is nothing permanent. Only the Being of the Creator is eternal.

ਮਃ ੧ ॥ ਲਬੁ ਪਾਪੁ ਦੁਇ ਰਾਜਾ ਮਹਤਾ ਕੂੜੁ ਹੋਆ ਸਿਕਦਾਰੁ ॥ ਕਾਮੁ ਨੇਬੁ ਸਦਿ ਪੁਛੀਐ ਬਹਿ ਬਹਿ ਕਰੇ ਬੀਚਾਰੁ ॥ ਅੰਧੀ ਰਯਤਿ ਗਿਆਨ ਵਿਹੂਣੀ ਭਾਹਿ ਭਰੇ ਮੁਰਦਾਰੁ ॥ ਗਿਆਨੀ ਨਚਹਿ ਵਾਜੇ ਵਾਵਹਿ ਰੂਪ ਕਰਹਿ ਸੀਗਾਰੁ ॥ ਊਚੇ ਕੂਕਹਿ ਵਾਦਾ ਗਾਵਹਿ ਜੋਧਾ ਕਾ ਵੀਚਾਰੁ ॥ ਮੂਰਖ ਪੰਡਿਤ ਹਿਕਮਤਿ ਹੁਜਤਿ ਸੰਜੈ ਕਰਹਿ ਪਿਆਰੁ ॥ ਧਰਮੀ ਧਰਮੁ ਕਰਹਿ ਗਾਵਾਵਹਿ ਮੰਗਹਿ ਮੋਖ ਦੁਆਰੁ ॥ ਜਤੀ ਸਦਾਵਹਿ ਜੁਗਤਿ ਨ ਜਾਣਹਿ ਛਡਿ ਬਹਹਿ ਘਰ ਬਾਰੁ ॥ ਸਭੁ ਕੋ ਪੂਰਾ ਆਪੇ ਹੋਵੈ ਘਟਿ ਨ ਕੋਈ ਆਖੈ ॥ ਪਤਿ ਪਰਵਾਣਾ ਪਿਛੈ ਪਾਈਐ ਤਾ ਨਾਨਕ ਤੋਲਿਆ ਜਾਪੈ ॥
(Adi Granth, p.469)

Greed and lust have taken over all sections of society. The dark clouds of falsehood are all over. Instead of love and sincerity, there are passion and desire of the body and the wealth. The populace is blind to all that is good and just. They eat rotten corpses. The learned dance before the ignorant. They shout and yell. Knowledge has given way to ignorance. The foolish Brahmin deceives himself and the devotees. He lives on the charity of the others. There are no rights and duties. The Yogi makes fool of the simple people. He pretends to be a yogi, a man of austerity and discipline but he lives with his women. He deals in dirty deeds. There is no question of honour and sincerity.

ਮਃ ੧ ॥ ਵਾਇਨਿ ਚੇਲੇ ਨਚਨਿ ਗੁਰ ॥ ਪੈਰ ਹਲਾਇਨਿ ਫੇਰਨਿ੍ ਸਿਰ ॥ ਉਡਿ ਉਡਿ ਰਾਵਾ ਝਾਟੈ ਪਾਇ ॥ ਵੇਖੈ ਲੋਕੁ ਹਸੈ ਘਰਿ ਜਾਇ ॥ ਰੋਟੀਆ ਕਾਰਣਿ ਪੂਰਹਿ ਤਾਲ ॥ ਆਪੁ ਪਛਾੜਹਿ ਧਰਤੀ ਨਾਲਿ ॥ ਗਾਵਨਿ ਗੋਪੀਆ ਗਾਵਨਿ ਕਾਨ੍ ॥ ਗਾਵਨਿ ਸੀਤਾ ਰਾਜੇ ਰਾਮ ॥ ਨਿਰਭਉ ਨਿਰੰਕਾਰੁ ਸਚੁ ਨਾਮੁ ॥ ਜਾ ਕਾ ਕੀਆ ਸਗਲ ਜਹਾਨੁ ॥ (Adi Granth, p.465)

The disciples gather. The gurus dance. Their heads move. There is dust all over. It covers the heads and hearts of the dancers and the devotees. All this for a few loaves of bread. All this indignity, this false spectacle to deceive the ignorant populace.

ਮਃ ੧ ॥ ਅੰਦਰਹੁ ਝੂਠੇ ਪੈਜ ਬਾਹਰਿ ਦੁਨੀਆ ਅੰਦਰਿ ਫੈਲੁ ॥ ਅਠਸਠਿ ਤੀਰਥ ਜੇ ਨਾਵਹਿ ਉਤਰੈ ਨਾਹੀ ਮੈਲੁ ॥ ਜਿਨ੍ ਪਟੁ ਅੰਦਰਿ ਬਾਹਰਿ ਗੁਦੜੁ ਤੇ ਭਲੇ ਸੰਸਾਰਿ ॥ ਤਿਨ੍ ਨੇਹੁ ਲਗਾ ਰਬ ਸੇਤੀ ਦੇਖਨੇ੍ ਵੀਚਾਰਿ ॥ ਰੰਗਿ ਹਸਹਿ ਰੰਗਿ ਰੋਵਹਿ ਚੁਪ ਭੀ ਕਰਿ ਜਾਹਿ ॥ (Adi Granth, p.473)

Those who are drenched in inner dirt and falsehood but pretend outer purity are doomed to a life of evil deeds. It is only the true knowledge of purity and piety, of love and sincerity that helps a man devoted to God. In the absence of truth and love, the evil men do not see the wrath of God. There will never be peace and harmony in false deals. Cheating and deceiving will never be approved by the Creator.

ਸਲੋਕੁ ਮਃ ੧ ॥ ਸਚਿ ਕਾਲੁ ਕੂੜੁ ਵਰਤਿਆ ਕਲਿ ਕਾਲਖ ਬੇਤਾਲ ॥ ਬੀਉ ਬੀਜਿ ਪਤਿ ਲੈ ਗਏ ਅਬ ਕਿਉ ਉਗਵੈ ਦਾਲਿ ॥ ਜੇ ਇਕੁ ਹੋਇ ਤ ਉਗਵੈ ਰੁਤੀ ਹੂ ਰੁਤਿ ਹੋਇ ॥ ਨਾਨਕ ਪਾਹੈ ਬਾਹਰਾ ਕੋਰੈ ਰੰਗੁ ਨ ਸੋਇ ॥ ਭੈ ਵਿਚਿ ਖੁੰਬਿ ਚੜਾਈਐ ਸਰਮੁ ਪਾਹੁ ਤਨਿ ਹੋਇ ॥ ਨਾਨਕ ਭਗਤੀ ਜੇ ਰਪੈ ਕੂੜੈ ਸੋਇ ਨ ਕੋਇ ॥ (Adi Granth, p.468)

The truth of the True Lord is scarce. He falsehood is ever where. Those who had sown the seeds of truth could reap the fruits of truth. Those who had their seeds surcharged with evil could only reap evil. The true and pure seeds give fruits. The seeds of deception and decadence lead to death and destruction. Only a white and plain cloth can acquire the desired colour. Only a pure and honest mind can understand the mystery of the universe of God.

ਮਾਰੂ ਮਹਲਾ ੧ ॥ ਬਿਖੁ ਬੋਹਿਥਾ ਲਾਦਿਆ ਦੀਆ ਸਮੁੰਦ ਮੰਝਾਰਿ ॥ ਕੰਧੀ ਦਿਸਿ ਨ ਆਵਈ ਨਾ ਉਰਵਾਰੁ ਨ ਪਾਰੁ ॥ ਵੰਝੀ ਹਾਥਿ ਨ ਖੇਵਟੂ ਜਲੁ ਸਾਗਰੁ ਅਸਰਾਲੁ ॥ ੧ ॥ ਬਾਬਾ ਜਗੁ ਫਾਥਾ ਮਹਾ ਜਾਲਿ ॥ ਗੁਰ ਪਰਸਾਦੀ ਉਬਰੇ ਸਚਾ ਨਾਮੁ ਸਮਾਲਿ ॥ (Adi Granth, p.1009)

The boat of life has been set to sail. Unfortunately, it is laden with the poison of evil. One cannot perceive the other side of the river. It is large like a sea and one cannot reach its shores. The boat is in a bad shape. There is no boatman competent enough to lead to the path of righteousness. The devotee is stuck in the net of desires and passions. When the human boat is led by the Guru and his discourse, there is no obstacle. The oars of truth and love carry the boat to its right goal. Truth is indeed the only guide in this world of tumultuous upheavals.

ਆਦਿ ਸਚੁ ਜੁਗਾਦਿ ਸਚੁ ॥ ਹੈ ਭੀ ਸਚੁ ਨਾਨਕ ਹੋਸੀ ਭੀ ਸਚੁ ॥ ੧ ॥ Japuji

For Guru Nanak the sublime, divine Truth is the basis of the harmony and the rhythm of this universe. In the beginning of the beginning, there was Truth. Through the ages, this Truth anchored the boat of humanity. When it will be all over, this absolute, eternal Truth will continue to inhabit the void.

ਸਚ ਖੰਡਿ ਵਸੈ ਨਿਰੰਕਾਰੁ ॥ ਕਰਿ ਕਰਿ ਵੇਖੈ ਨਦਰਿ ਨਿਹਾਲ ॥ Japuji

The Formless dwells in the universe of Truth. There are several levels of human existence. From the domain of deeds and duties we move on to the domain of knowledge.

Ultimately, we reach the spiritual domain of Truth. This Truth is the basis of the anthropological order but it also transcends this order to arrive at the most abstract and conceptual order of sublime consciousness.

At the anthropological level, all religions are different from each other. They are all stuck in their specific houses of worship, their rites and rituals. There are rules of diets and dresses. There are regulations which determine the right or wrong social behaviour. There are differences of race and gender, castes and creeds. There are all kinds of hierarchies. Guru Nanak's critique covers all these outer manifestations. In no uncertain terms, he denounces all rites and rituals, all ceremonial worships, all austerities and penances, all pilgrimages, all holy dips.

And yet, we know that it is not enough to have faith in God, to reflect and meditate on the rhyme and reason of the cosmic universe, to lead a life of honesty, sincerity, love and charity to be a Christian, a Muslim, a Hindu or even a Sikh. To be a member of a given religious order, one has to follow its anthropological parameters, its rahit maryada. This religious shell can never be broken whatever the philosophers, the great thinkers may discern. This is the greatest paradox of the religious discourse.